# പന്നിപ്പോര്

**panniporu**
(stories)
•
t n vipinbose
•
*first edition*
may 2019
•
*typesetting & published*
chintha publishers, thiruvananthapuram
•
*cover*
vinodmangoes



***വിതരണം***

**ദേശാഭിമാനി ബുക്ക് ഹൗസ്**

H O തിരുവനന്തപുരം-695 035
www.chinthapublishers.com
chinthapublishers@gmail.com

***ബ്രാഞ്ചുകൾ***

ഹെഡ്ഡാഫീസ് കുന്നുകുഴി • സ്റ്റാച്യു തിരുവനന്തപുരം • കെ എസ് ആർ ടി സി ബസ് സ്റ്റേഷൻ ആലപ്പുഴ • കെ എസ് ആർ ടി സി ബസ് സ്റ്റേഷൻ എറണാകുളം • ഐ ജി റോഡ് കോഴിക്കോട് • കെ എസ് ആർ ടി സി ബസ് സ്റ്റേഷൻ കോഴിക്കോട് • എൻ ജി ഒ യൂണിയൻ ബിൽഡിങ് കണ്ണൂർ • സെൻട്രൽ ബസ് ടെർമിനൽ കോംപ്ലക്സ് താവക്കര കണ്ണൂർ

CO - 2794 / 5053
ISBN - 978-93-88485-56-2

# പന്നിപ്പോര്

(കഥകൾ)

ടി എൻ വിപിൻബോസ്

ചിന്ത പബ്ലിഷേഴ്സ്
തിരുവനന്തപുരം-695 035

# ടി എൻ വിപിൻബോസ്

1974 ൽ കോഴിക്കോട് ജില്ലയിലെ കുണ്ടുതോട്ടിൽ പരേതനായ സി കെ നാരായണന്റെയും അമ്മിണിയുടെയും മകനായി ജനനം. മൊകേരി ഗവ: കോളേജ്, ചേളന്നൂർ എസ് എൻ കോളേജ്, കോഴിക്കോട് ഗവ: ടീച്ചേഴ്സ് ട്രെയിനിങ് കോളേജ് എന്നിവിടങ്ങളിൽ വിദ്യാഭ്യാസം. വയനാട് ജില്ലയിലെ മേപ്പാടി ജി എച്ച് എസ് എസിൽ അദ്ധ്യാപകനാണ്. *സസ്തനി* ആദ്യ ചെറുകഥാ സമാഹാരം.

ഭാര്യ : ഷൈനി
മക്കൾ : ഗാർഗി, തപൻ
വിലാസം : തോണിപ്പാറയിൽ, കുണ്ടുതോട് പി ഒ,
കാവിലുമ്പാറ, കോഴിക്കോട്.
ഫോൺ : 9497310426
e-mail : vipinbosetnkunduthode@gmail.com

# ഉള്ളടക്കം

# പ്രസാധകക്കുറിപ്പ്

**ക**ഥയുടെ സഞ്ചാരവഴിയിൽ ഒറ്റപ്പെട്ടു നില്ക്കുന്ന പനമരങ്ങളാണ് വിപിൻബോസിന്റെ കഥകൾ. കഥകൾക്കനുസരിച്ച് ചിറകനക്കുന്ന ഭാഷ കൗതുകക്കാഴ്ച മാത്രമല്ല കഥാശില്പത്തിന്റെ ആത്മാവായി മാറുകയാണിവിടെ. കരുത്തിന്റെ കഥകളാണ് ഏറെയും. നിയതിവഴക്കങ്ങളോട് കുതറാൻ ഒരുമ്പെടുന്ന ആണും പെണ്ണും ഈ കഥകളിൽ ജീവൻ വയ്ക്കുന്നു. രാഷ്ട്രീയവും രാഷ്ട്രീയപ്രവർത്തനവും വിപിൻ ബോസിന്റെ കഥകളിൽ ഇഴച്ചേർക്കപ്പെട്ടിരിക്കുന്നു. മരിച്ച ബിംബങ്ങളല്ല നിരന്തരം ജീവൻ പുതുക്കുന്ന കഥകളാണവ. കഥ പറച്ചിലിന്റെ കൂസലില്ലായ്മ ഈ കഥകളെ വേറിട്ടതാക്കുന്നു. ധീരമായി എഴുതുക എന്നത് ധീരമായി ജീവിക്കൽതന്നെയാവുന്ന ഇക്കാലത്ത് ഈ കഥകൾ സാഭിമാനം ഞങ്ങൾ മുന്നോട്ടുവയ്ക്കുന്നു.

**ചിന്ത പബ്ലിഷേഴ്സ്**

# ആമുഖം

**എ**ന്റെ ദേശത്തിലെ നാട്ടുവഴികളിൽപ്പോലും കഥകളിറങ്ങി നടന്നിരുന്നു...

മഴക്കാലത്ത് തോട്ടിറമ്പുകളുടെ അതിരുകൾ കടന്ന് വഴിമാറിയൊഴുകിയ മലവെള്ളപാച്ചിലുകൾ അവശേഷിപ്പിച്ച ചതുപ്പിൽനിന്നും മുകളിലേക്കുയർന്നു പൊട്ടുന്ന ചെളിക്കുമിളകളിൽ...

പച്ചയീർക്കിലിന്റെ കുടുക്കിൽനിന്നും കുതറിയൊഴിഞ്ഞ് മാളങ്ങളിലേക്ക് കയറിപ്പോകുന്ന തോട്ടുഞണ്ടുകളുടെ തിടുക്കത്തിൽ....

കാട്ടുപൊന്തകൾക്കിടയിലെ കുളക്കോഴിക്കണ്ണുകളിൽ...

നാടിനു കാവലായി നില്ക്കുന്ന കുരിശുമലയുടെ നെറുകയിൽ..

സ്കൂളിലേക്കുള്ള വഴിയിൽ ഞങ്ങളുടെ കീശയിലെ കല്ലിന്റെ മൂളക്കത്തോടെയുള്ള ഓരോ ഏറിനും കാത്തിരുന്ന മൂവാണ്ടൻമാവിൽ...

കഥകൾ എന്നിലേക്കു കയറി വന്നത് അങ്ങനെയാവാം...

മനസ്സിൽ നിറഞ്ഞ കഥകൾ കടലാസിലേക്കിറങ്ങി നടന്നപ്പോൾ അവരുണ്ടായിരുന്നു കൂടെ... ഗുരുനാഥൻ ഡോ. കെ രാമകൃഷ്ണൻ, പ്രശാന്ത്, പ്രീതാ പ്രിയദർശിനി, അഷ്റഫ് മാഷ്, അജിത, ദിലീപ് മാഷ്, ജിൻസി, സുനിൽ മാഷ്, സാബു ജോസ്, രമേശ്ബാബു കാക്കന്നൂർ, കൽപ്പറ്റ ദേശാഭിമാനിയിലെ അനിൽകുമാർ, ചന്ദ്രികയിലെ ചന്ദ്രൻ പൂക്കാട്... അവതാരികയിലൂടെ അനുഗ്രഹിച്ച ഗുരുനാഥൻ വി ആർ സുധീഷ്, ഒപ്പം സഹയാത്രിക ഷൈനിയും...

**വിപിൻബോസ്**

# ദൃശ്യതയും അദൃശ്യതയും

## വി ആർ സുധീഷ്

**ഒ**രേ സമയം ദൃശ്യതയും അദൃശ്യതയുമാണ് കഥ. ദൃശ്യതയെ തിളക്കി കാണിക്കാനും അദൃശ്യതയെ ധ്വനിത സൗന്ദര്യമാക്കാനും കഴിഞ്ഞാൽ കഥ നമ്മുടെ മനസ്സിലേക്ക് വരും. രണ്ടിനും സൂക്ഷ്മഭാഷ ആവശ്യമാണ്. ഒരു ദേശത്തിന്റെ മനുഷ്യ കഥകളെ പലപാട് അഴിച്ചു പണിയാനാണ് ഒരു കഥാകാരൻ മിക്കവാറും ശ്രമിക്കുന്നത്. അതിന് ചിലപ്പോൾ ദേശഭാഷ തന്നെ സ്വീകരിച്ചെന്നു വരും. വിപിൻബോസിന്റെ കഥകളിലേക്ക് നാം എളുപ്പത്തിൽ ആകർഷിക്കപ്പെടുന്നത് കഥ പറച്ചിലിന്റെ നാട്ടുചാതുര്യവും വൈവിദ്ധ്യവും കൊണ്ടാണ്. മനുഷ്യാവസ്ഥയുടെ അടിസ്ഥാനഭാവങ്ങൾ ഈ കഥകളിൽ മുദ്രണം ചെയ്യപ്പെട്ടിരിക്കുന്നു. ഇരുതലമൂർച്ചയുള്ള ഒരു വാൾ പോലെ കാലം സാക്ഷി എന്ന കഥ നമ്മെ മുറിവേല്പിക്കുന്നു. മനുഷ്യൻ ചെറിയ ചെറിയ ജയങ്ങളാണെന്നും അതിനുമീതെ ആഞ്ഞുപതിക്കുന്ന വലിയ പരാജയമാണെന്നും അനുഭവപ്പെടുത്തുന്ന ആളുകളാണ് മിക്കവാറും കഥകളിലുമുള്ളത്. കാൽപ്പന്തിലും പന്നിപ്പോരിലും പുണ്യാളന്റെ വാളിലും അത് നന്നായി ഫലിക്കുന്നു. ഉൽപ്രേക്ഷ, അ, ആ, ഈ, ആത്മഗീതങ്ങൾ തുടങ്ങിയവ നിലനില്പിന്റെ വിരുദ്ധസങ്കലനങ്ങളും സന്നിഗ്ദ്ധതകളും കാണിച്ചു തരുന്നു. പതിയിരിക്കുന്ന നർമ്മമുണ്ട് വിപിൻ ബോസിന്റെ എഴുത്തിൽ. ഫുട്ബോളിനെക്കുറിച്ച് ഇങ്ങനെ- ഒരു ഇരയെ ചുറ്റുപാടും നിന്ന് ഓടിച്ചിട്ട് പിടിക്കുന്നപോലെയാണിത്. എല്ലാവരാലും കീഴടക്കപ്പെടാൻ വിധിക്കപ്പെട്ടുപോയ ഒരു പെണ്ണിന്റെ ദുർവ്വിധിയാണ് ഓരോ പന്തിനും. *പന്നിപ്പോര്* വിപിൻബോസിന്റെ രണ്ടാമത്തെ സമാഹാരമാണ്. എഴുതിയെഴുതി മനുഷ്യാവസ്ഥയുടെ വിരുദ്ധോക്തികളുടെ ഇരുട്ടും വെളിച്ചവും വരുതിയിലാക്കിയിരിക്കുന്നു ഈ കഥാകാരൻ.

# ഉൽപ്രേക്ഷ

### ഗാഗുൽത്താമലയിൽനിന്നും....

**ക**ലുങ്കിന്റെയടിയിലെ ചീട്ടുകളിക്കൂട്ടത്തിൽനിന്നും നാരായണൻ എണീറ്റു. ഈ വയസ്സാം കാലത്ത് അടങ്ങിയൊതുങ്ങി വീട്ടിലിരുന്നാൽപ്പോരെയെന്നുള്ള സുരേഷിന്റെ ചോദ്യവും അയാൾക്കൊപ്പം ഇറങ്ങി നടന്നു.... ഇന്ന് പഹയന് മുടിഞ്ഞ കൈയായിരുന്നു.... അതിന്റെ പൊരിമയാണ്.... നാരായണന് ഇന്നു മുഴുവൻ പോക്കായിരുന്നു. ഒരു കൈവെക്കാൻ ഒരുങ്ങുന്നതിനു മുമ്പേ മേൽക്കൈക്കാരൻ ചീട്ട് കളത്തില് പൊത്തും.... അയാൾ ദീർഘനേരം കുന്തിച്ചിരുന്ന് മരവിച്ചു പോയ തന്റെ കാലുകൾ അമർത്തി തിരുമ്മി നോക്കിയത് തോട്ടുവക്കിലെ മെഴുകുതിരി വെട്ടത്തിലേക്കാണ്....

പലകശാരി അന്തോണിയാണ്.... എല്ലാരും ഉറങ്ങാനൊരുങ്ങുമ്പോഴാണ് അന്തോണി ഉണരുന്നത്.... ആരുടെ ചൂണ്ടയിലും കൊത്താത്ത മീനുകൾ പോലും അന്തോണിയുടെ ചൂണ്ടക്കൊളുത്തിനായി ഉറക്കമിളച്ച് കാത്തിരിക്കും.... മീൻ പിടിക്കുമ്പോൾ ആരെയും അന്തോണി ഒപ്പം കൂട്ടാറില്ല....

മീൻപിടിക്കുന്നതിനിടയിൽ അന്തോണിയുടെയടുത്ത് ചെന്നാൽ വെള്ളത്തിലിട്ട ചൂണ്ട കരയിലേക്ക് തന്നെ വലിക്കും.... എന്നിട്ട് മടിക്കുത്തിൽനിന്നും ഒരു ഡപ്പിയെടുത്ത് അടപ്പ് തുറന്ന് അല്പം മൂക്കിപ്പൊടി നുള്ളിയെടുത്ത് കൈവെള്ളയിലിട്ടൊന്ന് തിരുമ്മി മൂക്കിലേക്ക് തിരുകി അടുത്തിരിക്കുന്നവനെ നോക്കും....

അപ്പോഴേക്കും അയാളുടെ തെറിച്ചു നില്ക്കുന്ന മീശരോമങ്ങൾ മൂക്കിൻ ദ്വാരത്തിലൂടെ വരുന്ന ചെറുകാറ്റിൽ വിറയ്ക്കും.... ചെവിക്കുടയിലെ നരച്ച രോമങ്ങൾ എഴുന്നേറ്റുനിന്ന് തുമ്മലിനായി ആദിത്യമരുളും.

മുന്നിലുള്ളവനെ തുപ്പലുകൊണ്ട് സ്നാനം ചെയ്ത് വിട്ടയക്കും....

അയാൾ വെട്ടത്തിന് നേരെ നടന്നു.... അടുത്തടുത്ത് ചെല്ലുമ്പോൾ മെഴുകുതിരി വെട്ടത്തിന്റെ അലകൾ അന്തോണിയുടെ രൂപസാദൃശ്യത്തെ മായ്ച്ചു കളഞ്ഞു.... തികച്ചും അപരിചിതനായൊരാളിരുന്ന് ചൂണ്ടനൂലിൽ ഇര കോർക്കുന്നു....

ഒന്നുകൂടി സൂക്ഷിച്ചു നോക്കിയപ്പോഴാണ് അയാളെ അതിശയിപ്പിച്ചൊരു ദൃശ്യം കണ്ണിൽപ്പെടുന്നത്. ചൂണ്ട നൂലിന് താഴെ ചൂണ്ടക്കൊളുത്തില്ല. .... കുനിഞ്ഞിരുന്ന് അയാൾ നൂലിനറ്റത്ത് ഒരു ചെറിയ പൂ കോർക്കുകയാണ്. .... ചൂണ്ടനൂൽ തോട്ടിലേക്കിട്ട് അയാൾ ഓളങ്ങളിലേക്ക് കണ്ണും നട്ടിരുന്നു. അല്പസമയത്തിനകം അയാൾ ചൂണ്ടക്കമ്പുയർത്തി. ചൂണ്ട നൂലിനറ്റത്തെ പൂവിനെ തൊട്ട് തൊട്ട് ഒരു മാലപോലെ മീനുകൾ ഉയർന്ന് വന്ന് അയാളുടെ മീൻ കൊട്ടയിലേക്ക് കയറിപ്പോവുന്നു.... നാരായണൻ വിശ്വാസം വരാതെ തലയൊന്നുകുടഞ്ഞു....

“ആരാണ്....?” നേരിയ ഭയത്തിൽ നനഞ്ഞ് കുതിർന്ന വാക്കുകൾ പുറത്ത് ചാടി....

മറുപടിയായ് അയാൾ നിറഞ്ഞ മീൻകൊട്ട നാരായണന് നേരെ നീട്ടി. “വാങ്ങിച്ചോളൂ....”

ആ കരുണാർദ്ര ശബ്ദത്തിന്റെ അലയൊലിയിൽ താനീ ഗോളത്തിലെ ഭാരമില്ലാത്ത ഏക വസ്തുവായി നാരായണന് തോന്നി.

മെഴുകുതിരിയുടെ ചെറു വെട്ടത്തിൽ അപരിചിതന്റെ താടിരോമങ്ങൾക്കിടയിലെ ചുണ്ടിൽ നിലാവുദിച്ചു.... എവിടെയാണീ മുഖം കണ്ടുമറന്നത്.... നാരായണൻ തല പുകച്ചു.... അപ്പോഴും അയാൾ നിർന്നിമേഷനായി നാരായണനെത്തന്നെ നോക്കി നിന്നു.

അപരിചിതന്റെ കണ്ണിലെ പ്രകാശധാര തന്റെ തലയ്ക്കുള്ളിലേക്കൂളിയിടുന്നതും തെല്ലുനേരം അവിടെയൊന്നാകെ കറങ്ങി തെക്കേമാത്തൂരുകാരുടെ കമുകിൻത്തോട്ടങ്ങൾക്കിടയിലൂടെ പിറുക്കൻതോട് ചാടികടന്ന് ചീരമറ്റംകാരുടെ റബ്ബർത്തോട്ടത്തിനോട് ചേർന്നു കിടക്കുന്ന സെമിത്തേരിയിൽ ഒരു നിമിഷംനിന്ന് ആത്മാക്കൾക്ക് തണലൂട്ടുന്ന കൊന്നമരങ്ങൾക്കിടയിലൂടെ ടാറിട്ട നിരത്തിനപ്പുറത്തെ നടക്കല്ലുകൾകയറി മുറ്റത്തെ കോൺക്രീറ്റ് കുരിശിനെ വലം വെച്ച് അൾത്താരയ്ക്കുള്ളിലെ സക്രാരിയിൽ കന്യാമറിയത്തിന്റെ മടിയിലെ ദൈവപുത്രന്റെ തിരുഗാത്രത്തിൽ തൊട്ടപ്പോഴേക്കും അപരിചിതന്റെ പൊരുളറിഞ്ഞ നാരായണന്റെ ദേഹം കൊടുങ്കാറ്റിലകപ്പെട്ട പൂക്കുലപോലെ നിന്നു വിറച്ചു.... തോട്ടിൻ വക്കത്ത് ചൂണ്ടനൂലിനറ്റത്ത് പൂ കോർത്ത് മീൻപിടിക്കുന്ന യേശു....

“വാങ്ങിക്കോളൂ....” അലിവാർന്ന ആ ശബ്ദത്തിന്റെ പ്രതിദ്ധ്വനിയിൽ നാരായണന്റെ കൈ അറിയാതെ നീണ്ടു. നീട്ടിയ കൈകളിലിരുന്ന് മീൻകൊട്ട വിറച്ചു. നനവൂറുന്ന മീൻകൊട്ട മാറോടടുക്കി നാരായണനൊന്ന് വട്ടം തിരിഞ്ഞു. പിന്നെ തിരിഞ്ഞു നോക്കാതെയോടി........ എഴുന്നു

നില്ക്കുന്ന കൂർത്തകല്ലുകൾ ഇരുവശങ്ങളിലേക്കുമൊതുങ്ങി.... വഴിയിലെ മുഴച്ചുനിന്ന വേരുകൾ മണ്ണിനടിയിലേക്ക് നൂണ്ടു. തണുപ്പ് തേടിയിറങ്ങിയ ഉരഗങ്ങൾ മാളങ്ങളിലേക്ക് വലിഞ്ഞു.

പിറ്റേന്ന് രാവിലെ ഉറക്കമുണർന്ന് കോലായിലേക്കു കാലെടുത്തു വെയ്ക്കുമ്പോൾ ചാരുപടിയിൽ തൂണും ചാരി മീശവിറപ്പിച്ച് ചെവിയിലെ നരച്ച രോമങ്ങൾ തുള്ളിച്ച് ഒരു നീണ്ട തുമ്മലിനായി കാത്തിരിക്കുന്ന പലകശാരി അന്തോണി.... പുറത്തേക്കു പറന്ന കാറ്റിനും ഒച്ചയ്ക്കുമിട യിൽ തെറിച്ചുവീണ ഒരു തുപ്പൽക്കഷണത്തെ കൈകൊണ്ട് തുടച്ച് അതു കൊണ്ടുതന്നെ അന്തോണി തലചൊറിഞ്ഞു.

"ഇന്നലത്തെ ചൊട്ടാവാളയും മുഷിയും പൊളപ്പനല്ലേർന്നോ.... ഞാൻ പിടിച്ച മീനിനെ പകൽവെട്ടത്തിലെ എല്ലാവന്മാരും കണ്ടിട്ടൊള്ളു.... മീൻ ചെകിളയിൽ നിലാവ് വരയ്ക്കുന്ന ചിത്രങ്ങളില്ലിയോ.... അതു കാണാൻ തന്നേക്കൊണ്ടേ പറ്റൂന്ന് എനിക്കങ്ങ് തോന്നി.... ഒരു നൂറ്റമ്പത് തന്നാൽ എനിക്കങ്ങ് പോകാരുന്നേ...."

"നൂറ്റമ്പതോ...." ആ ചോദ്യത്തിന് മുമ്പേ അനിശ്ചിതത്വത്തിന്റെ പടു കുഴിയിൽ നാരായണൻ വീണു പോയിരുന്നു....

"വിലയൊന്നും പറയാൻ നിക്കാണ്ട് ഒറ്റയോട്ടമല്ലാരുന്നോ.... ഇന്ന ലെയെന്നതാ അകത്താക്കിയേ.... കള്ളുമാത്രമോ അതോ മറ്റവനും ഒണ്ടാ യിരുന്നോ....?"

അന്തോണി മുന്നിൽ വരച്ചിട്ട വരികളിലെ സമസ്യ പൂരിപ്പിക്കാനാ വാതെ അകത്തേക്കു കയറിയ നാരായണനു നേർക്ക് നൂറ്റമ്പത് രൂപ നീട്ടി പ്പിടിച്ച് വിശാലാക്ഷിയമ്മ നിന്നു....

പലകാശാരി അന്തോണിയെന്നുമുതലാ ചില്ലുകൂട്ടിലെ കർത്താവാ യേ....?

തിരികെ പുറത്തേക്കു നടക്കുമ്പോൾ വിശാലാക്ഷിയമ്മയുടെ ചോദ്യം വന്ന് പിന്നിൽ തൂങ്ങുന്നതയാൾ അറിഞ്ഞു.

**രണസ്മാരകങ്ങളേ....**

രക്തസാക്ഷി മണ്ഡപത്തിൽ ചാരിയൊരാൾ.... കണ്ണുകളങ്ങ് ഇരുട്ടിൽ മുനിഞ്ഞു കത്തുന്ന നക്ഷത്രങ്ങളിലാണ്. കൃതാവിൽനിന്നിറങ്ങി കീഴ്ത്താടി പൊതിഞ്ഞ് ഇരുവശത്തേക്കും പടർന്നു വ്യാപിച്ച തൂവെള്ള ത്താടിയിലേക്ക് നിലാവൊഴുകിയിറങ്ങി. ഇരുട്ടിലും വെട്ടിത്തിളങ്ങുന്ന കണ്ണുകൾ.... ആകാശത്തുള്ള എല്ലാ നക്ഷത്രങ്ങളും ഇരു കണ്ണുകളി ലേക്കും ആഴ്ന്നിറങ്ങിയ പ്രഭാപൂരത്തിൽ നാരായണൻ കുളിച്ചു നിന്നു....

പാർട്ടിയനുഭാവിയായ നാരായണന്റെ ഞരമ്പുകളിലൂടെ ചോര അല തല്ലിയൊഴുകി.... നാളിതുവരെ ലോകത്തു നടന്ന വിപ്ലവങ്ങൾ നാരായ ണന്റെ മുന്നിലിരിക്കുന്ന വയോവൃദ്ധനിലേക്കൊഴുകിയിറങ്ങി. ചിക്കാഗോ യിലേയും പുന്നപ്രയിലേയും സമര വോളന്റിയർമാർ അടിവെച്ചടിവെച്ച്

മണ്ഡപത്തിൽ പുഷ്പാർച്ചന നടത്തി പിൻവാങ്ങി.

“സഖാവേ....” കഴിഞ്ഞയാഴ്ചയിലെ തോട്ടുവക്കിലുണർന്ന യേശുദേവന്റെ ആർദ്രമായ അതേ സ്വരം.... “സഖാവ് നമ്മുടെ മീനാക്ഷീടെ വീട്ടിലൊന്ന് പോണം.... അവിടെ മൂന്നാലു വയറുകൾ പട്ടിണിയാണ്....”

നാരായണനൊന്നമ്പരന്നു.... ഒരടിപിടിക്കേസിൽ ബ്രാഞ്ച്സെക്രട്ടറിക്കെതിരെ കള്ളസാക്ഷി പറഞ്ഞതിന് സഖാക്കളെ പേടിച്ച് മീനാക്ഷിയുടെ മകൻ ഒളിവിലാണ്.... അവിടെ പോകണമെന്നാണ് ഇപ്പോൾ പറയുന്നത്....

“എന്താ നാരായണാ പോകാൻ പറ്റില്ലാന്നുണ്ടോ....” നാരായണൻ തനിക്കു മുകളിലെ ബ്രാഞ്ച് കമ്മിറ്റിയെ കണ്ടു. ലോക്കൽ, ഏരിയാ, ജില്ലാ കമ്മിറ്റികളെ കണ്ടു. സംസ്ഥാന,കേന്ദ്ര കമ്മിറ്റികളേയും പോളിറ്റ് ബ്യൂറോയേയും കണ്ടു.... അതിനെല്ലാം മുകളിൽ ഇപ്പോൾ രക്തസാക്ഷി മണ്ഡപത്തിന് മുന്നിൽ ഇരിക്കുന്ന ജ്ഞാനവൃദ്ധനെ കണ്ടു.... അയാൾ തന്റെ കുപ്പായക്കീശയിൽ കൈയിട്ട് നാരായണന് നേരെ നീട്ടി.... ഇരുട്ടാണെങ്കിലും കടലാസിലിരുന്നു നിരവധി ഗാന്ധിമാർ നാരായണനെ നോക്കിച്ചിരിച്ചു....

“അപരന്റെ ശബ്ദം സംഗീതം പോലെ ശ്രവിക്കുന്നൊരു കാലം വരും നാരായണാ....” ആഹ്ലാദചിത്തനായ നാരായണൻ മുഷ്ടി ചുരുട്ടി അഭിവാദ്യം ചെയ്ത് മീനാക്ഷിയുടെ വീടിന് നേരെ നടന്നു. മണ്ഡപത്തിൽ നിന്നെഴുന്നേറ്റ് കുഞ്ഞിക്കണ്ണൻ വീട്ടിലേക്കും.

**രാഗേന്ദുകിരണങ്ങൾ....**

അടുക്കളയിലെ വാഴത്തോപ്പിനിടയിലേക്ക് മീൻകഴുകിയ വെള്ളം നീട്ടിയൊഴിച്ചുകൊണ്ടാണ് വിശാലാക്ഷിയമ്മ നടുനിവർത്തിയത്.... ഏറെ നേരം കുനിഞ്ഞിരുന്ന് മീൻ വെട്ടിയതിനാൽ എഴുന്നേറ്റു നിന്നപ്പോഴേക്കും പ്രായത്തിന്റെ അസ്കിതകൾകൊണ്ട് അവരൊന്നു കിതച്ചു.... കൈലിയുടെയറ്റം അരയിലേക്ക് കയറ്റിക്കുത്തിയതിനാൽ വെളിവായ കാൽഭാഗത്തിന്റെ കാഴ്ച വരണ്ടുണങ്ങിയ വിറകുകൊള്ളിയെ ഓർമ്മിപ്പിച്ചു....

ചാരുകസേരയിലിരുന്നുള്ള നാരായണന്റെ കാഴ്ചയിൽ അടുക്കള വശത്തെ വാഴക്കൂട്ടമൊന്നാകെ കോറസായി ഒരു സിനിമാഗാനം മൂളി....

രാഗേന്ദുകിരണങ്ങളൊളി വീശിയില്ല........ *അവളുടെ രാവുകളിലെ* സീമ ലാസ്യഭാവത്തോടെ കിണറിന്റെ ആൾമറയിലേക്ക് കൈകളൂന്നി. വാഴക്കൂട്ടങ്ങൾ രജനീകദംബം തുടങ്ങുന്നതിന് മുമ്പേ സ്ലോമോഷനിൽ കിണറ്റിൻ കരയിൽ സീമേന്റടുത്ത് നാരായണനെത്തിയിരുന്നു....

ഇതിൽ മൂന്നാമത് നടന്ന സംഭവമാണ് അയാളുടെ നാട്ടിലേക്കുള്ള പെട്ടെന്നുള്ള വരവിന് കാരണം.... നീ വന്നേ പറ്റൂ എന്ന് അമ്മ ശഠിക്കുകയായിരുന്നു.... ഒരിക്കലും അമ്മയുടെ സ്വരം ഇത്രയും കാർക്കശ്യമായി കേട്ടിട്ടില്ല.... മാർക്സിനെയും യേശുവിനെയും അച്ഛൻ കണ്ടുമുട്ടിയത് അമ്മ തന്നെയാണ് മകനെ വിളിച്ചു പറഞ്ഞത്.... സംഭവം വിവരിക്കുന്നതോടൊപ്പം അമ്മയുടെ അമർത്തിയുള്ള ചിരിയും അയാൾക്ക് കേൾക്കാമായി

രുന്നു. എന്ത് കാര്യത്തിലും നർമ്മം കണ്ടെത്തുന്നത് അമ്മയുടെയൊരു പ്രത്യേകതയായിരുന്നു.

കഴിഞ്ഞ രണ്ടു മാസത്തിനിടെ നാഥൂറാം വിനായക് ഗോഡ്സെയും കമുകറ പുരുഷോത്തമനും ബാലൻ കെ നായരും ഇ കെ നായനാരും അച്ഛനെ കാണാൻ തളീക്കരയിൽ വന്നുപോയിരുന്നുവെന്ന് ഒരാഴ്ച മുമ്പ് അമ്മ പറഞ്ഞത് ഒരു പൊട്ടിച്ചിരിയുടെ അകമ്പടിയോടെയാണ്.

എന്നാലമ്മയെ ഇത്രയധികം തളർത്തി കളഞ്ഞ എന്തു കാര്യമാണ് വീട്ടിൽ സംഭവിച്ചതെന്ന് എത്ര ചോദിച്ചിട്ടും അമ്മ പറയുകയുണ്ടായില്ല.... ഏടത്തിയാണ് അച്ഛൻ അമ്മയെ സീമയാക്കിയ വിവരം അയാളോട് പറയുന്നത്.... അത് കേട്ടപ്പോൾ അമ്മയുടെ കൈപ്പിടിയിലൊതുങ്ങുന്നതല്ല കാര്യങ്ങളെന്ന് മകന് ബോദ്ധ്യമായി.

അയാൾ ചെല്ലുമ്പോൾ ചാരുകസേരയിൽക്കിടന്ന് മയങ്ങുകയായിരുന്നു അച്ഛൻ.... അമ്മ വരാന്തയിലിരുന്ന് ഉച്ചവെയിൽ മുറ്റത്തു വരച്ച നിഴൽച്ചിത്രങ്ങളെ കാണുകയായിരുന്നു.... അച്ഛനെ വിളിക്കാനാഞ്ഞപ്പോൾ അയാൾ അമ്മയെ വിലക്കി.... അമ്മയ്ക്ക് അച്ഛനേക്കാൾ പ്രായം കൂടുതലായി അയാൾക്ക് തോന്നി.... അയാൾ അച്ഛനടുത്തിരുന്നു.... ചാരുകസേരയുടെ കൈപ്പിടിയിലെ മെല്ലിച്ച വിരലുകളിൽ കൈയമർത്തി.... അച്ഛൻ പതുക്കെ കൺതുറന്നു.... അയാളുടെ കണ്ണുകൾ തെല്ലുനേരം മകന്റെ മുഖത്ത് തങ്ങിനിന്നതിനു ശേഷം മുറ്റത്തെ വെയിലിലേക്കിറങ്ങി....

"അവധിയെത്രയുണ്ട്....?"

"നാളെ പോകണം.... അച്ഛനുമമ്മയും പോരണം. ഡോക്ടറെ ബുക്ക് ചെയ്തിട്ടാ ഞാൻ വരണത്...." അച്ഛന് ചോറ് കൊടുത്തതിന് ശേഷം അമ്മയും മകനും ഒന്നിച്ചിരുന്നാണ് ഉണ്ടത്.... അമ്മയ്ക്ക് എന്തെല്ലാമോ പറയാനുണ്ടെന്ന് മകന് തോന്നിയിരുന്നു.

"നെനക്കോർമ്മയുണ്ടോന്നറിയൂല്ല.... അമ്പലപ്പറമ്പില് അച്ഛൻ നാടകം കളിക്കുമ്പോൾ ഇമ്മളെ എല്ലാരേം കൊണ്ടോവേനു.... അമ്പലപ്പറമ്പില് എന്താ ആള്.... ഇന്നത്തെപ്പോലൊന്നല്ല.... കൂട്ടം തെറ്റിയാല് കണ്ട് പിടിക്കാൻ തന്നെ പ്രയാസാ.... നെന്റെ അച്ഛനെല്ലാമൊരു തമാശയാ.... ഏതാൾക്കൂട്ടത്തീന്നും നെന്നെ ഞാൻ കണ്ടെത്തൂന്നും പറഞ്ഞ് കണ്ണിറുക്കിയൊരു കള്ളച്ചിരിയുണ്ട് നെന്റച്ഛന്.... ആ അച്ഛനാ കഴിഞ്ഞീസം എന്നെ സീമേന്ന് വിളിച്ചേ...."

അടക്കിപ്പിടിച്ചിട്ടും ഒരു കരച്ചിൽ തീൻമേശയിലേക്ക് വീണുടഞ്ഞു.... അമ്മയുടെ സങ്കടത്തിൽനിന്നും മകൻ പുറത്തു കടക്കുമ്പോൾ വെയിൽ മുറ്റത്തു വരച്ച ചിത്രങ്ങളെല്ലാം മങ്ങിയിരുന്നു....

"നമുക്കൊന്ന് നടന്നാലോ അച്ഛാ....?"

അയാൾ മുന്നിലായിരുന്നു.... അച്ഛൻ പിറകിലും.... "നെനക്കോർമ്മയുണ്ടോ അങ്ങാടിയിലേക്കുള്ള യാത്ര.... ഈ നിരത്തിലൂടെ....?"

അച്ഛന്റെ ചോദ്യത്തിന്റെ തുമ്പിലേറി മകൻ ഒന്നൂയലാടിയപ്പോൾ ഭൂതകാലത്തിന്റെ നിരത്ത് അയാളുടെ മുന്നിൽ നീണ്ടു നിവർന്നു.

മകനപ്പോൾ അച്ഛന്റെ വിരൽത്തുമ്പിൽ പിടിച്ച് മുന്നിൽ നടക്കുകയായിരുന്നു.... തിരികെ വീട്ടിലേക്കുള്ള യാത്രയിൽ വഴിവക്കിലെ കലുങ്കിലൊരല്പസമയം ഇരിക്കും....

അവിടെ വെച്ചാണ് അച്ഛൻ കഥകളുടെ ഭാണ്ഡക്കെട്ടഴിക്കുക.... പിന്നെ വീടുവരെയുള്ള ദൂരമത്രയും കഥാപാത്രങ്ങൾ അച്ഛനിൽനിന്നും ഇറങ്ങി നടക്കും. വഴിവക്കിൽ രാമസ്പർശത്തിനായി യുഗങ്ങളോളം കാത്തു കിടക്കുന്ന ശിലയിൽ ചവിട്ടി അഹല്യയെ അച്ഛൻ ശാപമോചിതയാക്കും.... ദശമുഖനെ വാലിൽ കോർത്ത് കുറ്റ്യാടി മലയുടെ തുമ്പിൽ നിന്നും കരിങ്ങാട് മലയുടെ നെറുകയിലേക്ക് അച്ഛൻ കുതിക്കും.... ഹിരണ്യന്റെ മാറു പിളർന്ന് കുടൽമാല പുറത്തെടുത്ത് അച്ഛനലറുമ്പോൾ അപ്പച്ചെടികളുടെ മറവിലേക്കൊതുങ്ങി അവൻ നാരായണ മന്ത്രം ഉരുവിടും.

വീട്ടിലേക്കുള്ള പടി കയറുന്നതോടെ അച്ഛനിൽ നിന്നുമിറങ്ങിപ്പോയ കഥാപാത്രങ്ങൾ തിക്കിത്തിരക്കി അച്ഛന്റെയുള്ളിലേക്ക് തന്നെ കയറിപ്പോകുന്നതായി മകന് തോന്നിയിട്ടുണ്ട്....

“ക്ഷീണിച്ചു.... കലുങ്കിലല്പമിരുന്നാലോ....?” മകൻ മറുപടി പറയുന്നതിന് മുമ്പേ അയാൾ കൈരണ്ടും ഇരുവശത്തേക്കു താങ്ങി കലുങ്കിലേക്കിരുന്നു കഴിഞ്ഞിരുന്നു....

“ഞാനീടെവെച്ചാണ് നാഥൂറാമിനെ കണ്ടത്....” അച്ഛൻ മകനോട് പറഞ്ഞുതുടങ്ങി....

“കരയുകയായിരുന്നു നാഥൂറാം.... ഉറങ്ങാൻ കഴിയുന്നില്ലത്രെ അയാൾക്ക്. കണ്ണടച്ചാൽ പല്ലില്ലാത്ത മോണ കാട്ടി മുന്നിൽനിന്ന് ചിരിക്കുകയാത്രെ മോഹൻദാസ്....” മകൻ അത്ഭുതത്തോടെ അച്ഛനെ നോക്കി.... “അച്ഛാ.... അച്ഛനൊരു കഥ പറഞ്ഞു തരട്ടെ ഞാൻ....”അച്ഛനൊരു കുട്ടിയെപ്പോലെ തലയാട്ടി....

വീട്ടിലേക്കുള്ള യാത്രയ്ക്കിടയിൽ വയോവൃദ്ധനായ യയാതിയുടെ മുന്നിൽ നമ്രശിരസ്കനായ മകനെ അയാൾ കണ്ടു.... മകന്റെ ഒറ്റ സ്പർശനത്തിൽ കാലങ്ങളിലൂടെ ഒഴുകിപ്പോയ നദികൾ തന്നിലവശേഷിപ്പിച്ച ചാലുകൾ, മകനിലേക്കൊഴുകിയിറങ്ങുന്നത് കണ്ടയാൾ വിതുമ്പി.... വീട്ടിലേക്കുള്ള പടി കയറുമ്പോൾ നാരായണന് താനൊരു കുട്ടിയാണെന്നും തന്റെ കൈത്തണ്ടയിൽ അമർത്തിപ്പിടിച്ചിരിക്കുന്നത് തന്റെ അച്ഛനാണെന്നും തോന്നി.

# ആത്മഗീതങ്ങൾ

**ഒ**രു പേരിലെന്തിരിക്കുന്നുവെന്ന് ആരോ പറഞ്ഞിട്ടുണ്ടെന്നെനിക്കറിയാം; എന്നാൽ അതങ്ങനെയല്ലെന്നും... ഒരു പേരിൽ ഒരുപാട് പ്രശ്നങ്ങൾ ഉൾച്ചേർന്നിട്ടുണ്ടെന്നതിന് എന്റെ പേരു തന്നെ ഉദാഹരണമാണല്ലോ?

ഞാൻ രജീഷ് പി പി, പുത്തൻപുരയിൽ എന്നതിന്റെ ചുരുക്കപ്പേരാണ് പി പി. എന്റെ പേരിന്റെ കൂടെയുള്ള പി പി കാണുമ്പോഴേ എനിക്കു ചിരിവരും. ഒരു പുതിയ വീട്ടിൽ താമസിക്കുക എന്നത് എക്കാലത്തേയും എന്റെ സ്വപ്നമായിരുന്നല്ലോ? ആരാണ് പുത്തൻപുരയിൽ എന്ന അനുചിതമായ വാൽക്കഷണം സ്വീകരിച്ചത്.? അച്ഛനോ അച്ചാച്ചനോ....? അവരുടെ പേരിന്റെ കൂടെയും ഈ വാൽക്കഷണം ഉണ്ടായിരുന്നല്ലോ....? ഏതായാലും ഒരു കാര്യം ഉറപ്പാണ് അവരാരും തന്നെ ഒരു പുത്തൻപുരയിൽ കഴിഞ്ഞിട്ടുണ്ടായിരുന്നില്ല.

പുത്തൻപുരയിൽ മാറ്റി നിർത്തിയാലുള്ള 'രജീഷ്' എന്ന പേരും എനിക്കത്ര ഇഷ്ടപ്പെട്ടിട്ടൊന്നുമില്ല. നാല്പതു വയസ്സുള്ള എന്റെ രൂപത്തിനും ഭാവത്തിനുമിണങ്ങുന്ന പേരൊന്നുമല്ലിത്. എനിക്കു പലപ്പോഴും തോന്നിയിട്ടുള്ളത് അച്ഛനമ്മമാർ കുട്ടികൾക്ക് കൊടുക്കുന്ന ആദ്യത്തെ ശിക്ഷയാണ് പേരിടലെന്നാണ്. വേണമെങ്കിൽ രാമചന്ദനെന്നോ സുധാകരനെന്നോ തനിക്ക് പേരിടാമായിരന്നില്ലേ? ഏറ്റവും കുറഞ്ഞത് ഒരു രതീശനെന്നോ മറ്റോ....? ഇതൊരുമാതിരി പാമ്പിന്റെ സീൽക്കാരം പോലെ .... ഒരു രജീഷ്.... ഷ്.

എന്റെ അച്ഛൻ ഗോവിന്ദൻ നായർ ധീരനായിരുന്നു. അച്ഛന്റെ ചിരിയിൽ ബീഡിയില മണക്കും. എത്ര ഉയർന്നയാളോടും അച്ഛൻ നെഞ്ചുവിരിച്ച് നിന്നു കയർക്കും. അച്ഛന്റെ സിരകളിലെപ്പോഴും ലഹരിയായിരുന്നു.

തോട്ടുമുക്കിലെ കള്ളുഷാപ്പിലെ കള്ളിന്റെയും അയ്യപ്പന്റെ വാറ്റിയെടുത്ത കൊട്ടുവടിയുടെയും ലഹരി

ഉന്മാദിയായ അച്ഛൻ തനിക്കിഷ്ടമില്ലാത്തവരെയെല്ലാം തെറി പറഞ്ഞു. പലരോടും അടി ചോദിച്ചു വാങ്ങി.... ഒരിക്കൽ എന്റെ മുമ്പിൽ വെച്ചായിരുന്നു അച്ഛൻ അടിയേറ്റു വീണത്. പരീതിന്റെ ഒറ്റയടിയിൽത്തന്നെ അച്ഛൻ തൂറിപ്പോയി. ചെമ്മണ്ണിൽ അട്ട ചുരുളുമ്പോലെ ചുരുണ്ടു. എന്റെ കണ്ണിൽ ഇരുട്ടു വന്നു മൂടി. ആരോ മുഖത്തേക്കിറ്റിച്ച നനവിൽ കണ്ണു തുറക്കുമ്പോൾ മങ്ങിയ കാഴ്ചയിൽ അച്ഛൻ നിറഞ്ഞാടുന്നു.

അച്ഛന്റെ കൈപിടിച്ച് നടക്കുമ്പോൾ ഞാൻ അച്ഛനെയാണോ അച്ഛൻ എന്നെയാണോ താങ്ങിയതെന്നോർമ്മയില്ല. വീടിന്റെ പടി കടന്നതും മുഖം അടച്ചു അടി വീണിരുന്നു. ഇരുട്ടിൽ അനേകം നക്ഷത്രങ്ങൾ മിന്നി കെട്ടു.... മൂവന്തിയിൽ ചുവടുവെച്ച് അച്ഛനലറി "പേടിച്ചു തൂറൻ, ന്നെ നാണം കെടുത്തീലോ നീയ്"....

തിണർത്ത് കവിളിൽ തുളസിനീര് തേച്ചു പിടിപ്പിച്ച് അമ്മാമ്മ അച്ഛനെ പ്രാകി.... അച്ചാച്ചനുണ്ടെങ്കിൽ കാണാർന്ന് എന്ന് പതം പറഞ്ഞു.

അച്ചാച്ചനെ ഞാൻ കണ്ടിട്ടില്ല. അച്ചാച്ചൻ ഒടിയനായിരുന്നൂത്രെ. അമ്മാമ്മ പറഞ്ഞതാണ്.... അച്ചാച്ചനെക്കുറിച്ച് പറയുമ്പോൾ അമ്മാമ്മയുടെ കുഴിഞ്ഞ കണ്ണുകളിൽ തിരയിളകും 'മൂപ്പര്' എന്നാണ് അമ്മാമ്മ പറയാ.... 'മൂപ്പര് എന്തേനും മൂപ്പര് ആരേനും' എന്നിങ്ങനെ രണ്ടുചോദ്യങ്ങളുണ്ട്. അതിന്റെ ഉത്തരമായി അച്ചാച്ചൻ അമ്മാമ്മയുടെ മുന്നിൽ വന്നു നിറയും.

അച്ചാച്ചന്റെ ഒളിസേവകൾ പോലും അമ്മാമ്മയ്ക്ക് വീരകഥകളായിരുന്നു. മൂപ്പരുടെ സ്വന്തം ആളേനും യശോദയെന്നുപോലും അമ്മാമ്മ എന്നോടു പറഞ്ഞിട്ടുണ്ട്.

"ആരൊക്കയോ എന്തൊക്കെയോ പറഞ്ഞു കേട്ടിട്ട് യശോധേന്റെ കെട്ട്യോൻ ഒതേനന് സംശയംതോന്നീനും. ഒരീസം ഒതേനൻ വന്നു നോക്കുമ്പം മുറി അടഞ്ഞുകെടക്കുന്നു. അടഞ്ഞ മുറിയിൽനിന്നു പുറത്തേക്കൂർന്ന പൊട്ടിച്ചിരി കേട്ട് ഒതേനന്റെ വിരലുകൾ കഠാര പിടിയിലിരുന്നു വിറച്ചു. വാതിൽ തള്ളിത്തുറന്ന് അകത്ത് കയറിയ ഒതേനൻ കണ്ടത് കൈലിമുണ്ട് തെറുത്ത് കയറ്റി കാലിൽ കുഴമ്പു തേച്ചു പിടിപ്പിക്കുന്ന യശോദേ ആയിനും. ഒതേനൻ ആകെ വിരണ്ടു പോയിനും. മൂപ്പരു അകത്തേക്ക് കേറി പോകുന്നതു കണ്ടിട്ടേനും ഓൻ പതുങ്ങി വന്നേ. കട്ടിലിനടിയിലും മൂലയ്ക്കു കൂട്ടി വെച്ച കുരുമുളക് ചാക്കിനിടയിലുമെല്ലാം മൂപ്പരെ തെരഞ്ഞു. ഓന്റെ വെപ്രാളം കണ്ടിട്ടേനു മച്ചിലിരുന്നൊരു പല്ലി ചിലച്ചെ. ഓൻ മേലോട്ടു നോക്കിയപ്പോൾ ഒരു പല്ലിവാല് ഓന്റെ മുന്നിലേക്ക് വീണുപിടഞ്ഞു. തന്റെ മുന്നിൽ ചോദ്യചിഹ്നം പോലെ ഉയർന്നുപിടയുന്ന വാലു കാലുകൊണ്ട് ഞെരിച്ചമർത്തിയപ്പോൾ യശോദേന്റെ ചുണ്ടിന്റെ കോണിൽ ഒരു കള്ളച്ചിരി വിരിഞ്ഞു."-ഇത്രയും പറഞ്ഞിട്ട് അമ്മാമ്മ

ശബ്ദം താഴ്ത്തി ചോദിക്കും. “ടാ പൊട്ടാ.... ഇനിക്കറിയോ ആ പല്ലി ആരേനൂന്ന്....?” അത് മൂപ്പരേനും.... മൂപ്പര്. ആ രംഗം മുമ്പിൽ കണ്ടപോലെ അമ്മാമ്മ കൈക്കൊട്ടിച്ചിരിച്ച് കുഴയും. എന്നിട്ട് അടക്കിപ്പിടിച്ച് പറയും മൂപ്പരെന്നെ കാണാൻ വന്നേ ഒരു കരിമ്പൂച്ച്യായിട്ടാ ഞാനുണ്ടോ വിടുന്നു. ഞാനാ കരിമ്പൂച്ചേനെ എന്റെ കരിമ്പടത്തിൽ അങ്ങൊളിപ്പിച്ചു അത്രന്നെ.

കുട്ടിക്കാലത്ത് വീട്ടിൽ എരുമകളെ വളർത്തിയിരുന്നു. പുല്ല് പറിച്ചു കൊണ്ടുവരലാ മാതേടത്തിയായിരുന്നു. വൈകുന്നേരം ഒരു കെട്ടു പുല്ല് മുറ്റത്ത് കൊണ്ടിട്ട് മാതേടത്തി കോലായിൽ തളർന്നിരിക്കും.... ഒരു കട്ടൻ കാപ്പി, പിന്നെയൊരു ദിനേശ് ബീഡീം.... രണ്ടും നിർബ്ബന്ധമായിരുന്നു മാതേടത്തിക്ക്. അച്ഛനും മാതേടത്തിയും ഒരുമിച്ചായിരുന്നു ബീഡി കത്തിക്കുക.

അച്ഛൻ ചുണ്ടു കൂർപ്പിച്ച് ബീഡിപ്പുക മുകളിലേക്കൂതും.... വളയങ്ങളായവ മുകളിലേക്കുയരും മാതേടത്തിയും വിട്ടു കൊടുക്കില്ല അവരുതിർക്കുന്ന പുകവളയങ്ങൾ കൈകോർക്കുന്നത് നോക്കി ഞാനിരിക്കും.

അച്ഛന് ഓരോ സമയത്തും ഓരോ ഗന്ധമായിരുന്നു. എരുമച്ചാണകത്തിന്റെ, പുളിച്ച കള്ളിന്റെ, ബീഡിയിലയുടെ., ചിലപ്പോൾ കൊട്ടുവടിയുടെ.... ഇങ്ങനെ ഒരോ ഗന്ധവും പേറി നടക്കുന്ന ഒരു കാറ്റായിരുന്നു അച്ഛൻ. കോരിച്ചൊരിയുന്ന മഴയത്തിറങ്ങി നില്ക്കുന്നത് അച്ഛനിഷ്ടമായിരുന്നു. ഏത് പേമാരിയിലും അച്ഛൻ കൈകൾ ഇരുവശത്തേക്കുമുയർത്തി മുറ്റത്തങ്ങനെ നില്ക്കും. തന്റെ ഗന്ധങ്ങൾ നനച്ചുകുതിർക്കാൻ മഴയ്ക്കാവില്ലെന്ന മട്ടിൽ അച്ഛനെ തൊട്ടൊഴുകിപ്പോവുന്ന വെള്ളത്തിന് ഏത് ഗന്ധമായിരിക്കും എന്നു ഞാനോർത്തിട്ടുണ്ട്.

അത്തവണ മഴ ചതിച്ചു.... മൂന്നാലു ദിവസം അച്ഛൻ പനിച്ചു കിടന്നു. അച്ഛന്റെയടുത്ത് ഞാൻ പതറി നിന്നപ്പോൾ കണ്ണുകൊണ്ട് അച്ഛൻ വിളിച്ചെന്നു തോന്നി.... ഞാൻ അച്ഛന്റെയടുത്ത് ചേർന്നു കിടന്നു. ചെരിഞ്ഞു കിടക്കുന്ന അച്ഛന്റെ പുറത്ത് മുഖം ചേർത്തു.

എത്രനേരം അങ്ങനെ ചേർന്നു കിടന്നെന്നെനിക്കോർമ്മയില്ല. എഴുന്നേറ്റപ്പോൾ അച്ഛൻ മലർന്നു കിടന്നിരുന്നു. അച്ഛന്റെ നെഞ്ചിൽ ചേർത്തു വെച്ച എന്റെ കൈ അച്ഛൻ ഇരുകൈകളാൽ പൊതിഞ്ഞു പിടിച്ചിരുന്നു. എന്റെ വിരൽത്തുമ്പിൽ അച്ഛന്റെ ഹൃദയതാളം നിശ്ചലമായി കിടക്കുന്നത് ഞാനറിഞ്ഞു.

അപ്പോൾ അച്ഛനു മുല്ലമൊട്ടിന്റെ മണമായിരുന്നു. എവിടെയാണ് എരുമച്ചൂര് പോയൊളിച്ചത്? പുളിച്ച കള്ളും ബീഡിയിലയുടെയും കൂടിക്കുഴഞ്ഞ മണമെവിടെ....? എനിക്കറിയില്ലായിരുന്നു.

അച്ഛന്റെ ശരീരം കുഴിയിലേക്കെടുത്തപ്പോൾ അമ്മ ഒരു ഉരുൾപ്പൊട്ടലായി. അമ്മയും അച്ഛനും സ്നേഹത്തോടെ എന്തെങ്കിലും പറയുന്നത് ഞാൻ കണ്ടിട്ടില്ല. അച്ഛന്റെ വിവിധങ്ങളായ ഗന്ധം പേറുന്ന കുപ്പായം അലക്കാതെ അമ്മ തകരപ്പെട്ടിയിൽ ഒരുപാടുനാൾ സൂക്ഷിച്ചു വെച്ചു.

ഇടയ്ക്കിടെ തകരപ്പെട്ടി തുറന്നു കുപ്പായം മുഖത്തേക്ക് ചേർക്കും, ഉള്ളിലേക്ക് ആഞ്ഞ് വലിക്കും.

ചെറുപ്പത്തിലെ വലിവിന്റെ അസുഖമുള്ള അമ്മയുടെ ശ്വാസനാളിയിലേക്ക് ജീവവായുവുതിർക്കുന്നതായിരുന്നു അച്ഛന്റെ ആ പഴയ കുപ്പായം.

ഞങ്ങളുടെ ദേശത്തിന്റെ ബാർബറായിരുന്നു കണാരേട്ടൻ. എ കെ ജിയുടെയും പി കൃഷ്ണപിള്ളയുടെയുമൊക്കെ ചിത്രങ്ങളില്ലേ അതുപോലെ ചുവരിൽനിന്നിറങ്ങി വന്ന ഏതോ കമ്യൂണിസ്റ്റ് നേതാവിന്റെ ചിത്രം പോലെയായിരുന്നു കണാരേട്ടൻ. കൃഷ്ണപിള്ളയുടെ ചുണ്ടും മറ്റേതൊക്കെയോ നേതാക്കന്മാരുടെ മുഖചിത്രങ്ങൾ അലിഞ്ഞു ചേർന്നൊരാൾ;

കണാരേട്ടന്റെ വിരലുകൾക്ക് കാന്തസ്പർശമായിരുന്നു. തലയിലേക്ക് വെള്ളം ചീറ്റി തലമുടികൾക്കിടയിലൂടെ ഒരു വിരലോടിക്കലുണ്ട് കണാരേട്ടന്.... ഏതോ നിർവൃതിയിൽ എന്റെ കണ്ണുകൾ കൂമ്പും. ഇത്രയും വൈകാരികമായ ഒരു സ്പർശം തരാൻ എന്റെ ഭാര്യ വസുമതിക്കുപോലും കഴിഞ്ഞിട്ടില്ലയെന്നെനിക്കുറപ്പുണ്ട്. അതെ, ലോകത്തിലെ ഏറ്റവും അനുഭൂതി തരുന്ന സ്പർശങ്ങളിലൊന്ന് ബാർബറുടേതാണ്....

കണാരേട്ടന്റെ കരവിരുത് കണാരേട്ടന്റെ മകൾക്കുമുണ്ടാകുമെന്നു കരുതി അവളറിയാതെ ഞാൻ പ്രണയിച്ചു. നിഴൽ വീണുകിടക്കുന്ന റബ്ബർ തോട്ടങ്ങൾക്കിടയിലെ ചെറുവഴികളിലൂടെ അവൾ നടന്നു നീങ്ങുന്നത് പ്രണയപരവശനായി ഞാൻ നോക്കി നിന്നു.

കണ്ണച്ഛനായിരുന്നു ഞങ്ങളുടെ നാട്ടിലെ മറ്റൊരു കഥാപാത്രം.... നേരത്തെ തന്നെ ഏതോ അപകടം പറ്റിയ കണ്ണച്ഛന്റെ ചൂണ്ടുവിരൽ അനുസരണയില്ലാതെ പുറത്തേക്ക് തെറിച്ചു നില്ക്കും.... തോമാച്ചൻ മുതലാളിയുടെ കാര്യസ്ഥനായിരുന്നു കണ്ണച്ഛൻ....

ഞങ്ങളുടെ പറമ്പിന്റെ അരികിലൂടെ ഒഴുകുന്ന തോടു മുറിച്ചു കടന്നാൽ കണ്ണെത്താത്ത ദൂരത്തോളം കിടക്കുന്ന മുതലാളിയുടെ പറമ്പാണ്. ആ പറമ്പിൽ നിറയെ കൊക്കോ കായ്കൾ പഴുത്തു നിന്നു.

ഒരിക്കൽ കൊക്കോ തോട്ടത്തിൽ ഞങ്ങളുടെ ആറാട്ട് നടക്കുമ്പോഴാണ് കണ്ണച്ഛൻ വന്നത്. കണ്ണച്ഛൻ തോട്ടത്തിലേക്ക് കാലു കുത്തിയപ്പോൾ തോട്ടം നിശ്ശബ്ദം ശൂന്യം. ഓരോ മരത്തിലും അള്ളിപ്പിടിച്ച് ഞങ്ങൾ.... കൊക്കോ മരത്തിന്റെ നീണ്ടയിലകൾ ഞങ്ങളെ ഒളിപ്പിച്ചു.... ഞാനും ജസീന്തയും ഒരേ മരത്തിന്റെ ശിഖരങ്ങളിൽ കൂടുകൂട്ടി (തുടരും).

'തുടരും' എന്നെഴുതി നിർത്തിയപ്പോൾ അയാൾ തെല്ല് ആലോചിക്കാതിരുന്നില്ല ആ 'തുടരൽ' പ്രയോഗം യഥാർത്ഥത്തിൽ എഴുതേണ്ടത് താനാണോ അതോ ആഴ്ചപ്പതിപ്പിന്റെ പത്രാപധിപരാണോ എന്ന്....

ഈ ഒരു അനിശ്ചിതത്വം തന്റെ ജോലിക്കിടയിലും അയാളെ പിടികൂടാറുണ്ട്; തന്റെ ജോലിയുടെ സ്വഭാവമനുസരിച്ച് ഈ അനിശ്ചിതത്വമാണ് ഏറ്റവും ആദ്യം ഒഴിവാക്കേണ്ടത് എന്നറിഞ്ഞിട്ടു കൂടി.

പൊതുപ്രവർത്തകനായ രാമകൃഷ്ണനായിരുന്നു കേരളത്തിലെ അറിയപ്പെടുന്ന വാരികയുടെ പത്രാധിപരുടെ അടുത്തേക്ക് അയാളെ കൂട്ടിക്കൊണ്ടുപോയത്.... തന്നെപ്പോലുള്ളവരുടെ അനുഭവങ്ങൾക്ക് ഇപ്പോൾ നല്ല മാർക്കറ്റാണെന്ന് പത്രാധിപർ പറഞ്ഞപ്പോൾ അയാൾ തന്റെ ജീവിതം പകർത്താൻ തുടങ്ങുകയായിരുന്നുവല്ലോ....

'തന്നെപ്പോലുള്ളവരുടെ' പത്രാധിപരുടെ പ്രയോഗം ചില പ്രത്യേക അർത്ഥതലങ്ങൾ സൃഷ്ടിക്കുന്നവയാണെന്ന് അയാൾക്ക് തോന്നാതിരുന്നില്ല. ഓരോ വാക്കും അത് പ്രയോഗിക്കുന്ന സന്ദർഭമാണ് അർത്ഥം നല്കുന്നതെന്നാണ് അയാൾ ഇതിനകം മനസ്സിലാക്കിയിരിക്കുന്നതും.

'കള്ളൻ' എന്ന വാക്കിനെയും അയാൾ അങ്ങനെയാണ് കണ്ടിട്ടുള്ളത്.... കുട്ടിക്കാലത്ത് അമ്മ കറന്നുകൊണ്ടുവെച്ച എരുമപ്പാലിന്റെ നേരിയ ചൂടുള്ള പത ഊതിക്കുടിച്ചപ്പോൾ അമ്മ പറഞ്ഞത് 'കള്ളൻ' എന്നത്രെ. കുളക്കടവിൽനിന്ന് തിരിച്ചു വരുമ്പോൾ അപ്പച്ചെടിയുടെ മറവിൽ വെച്ചാണ് ഈറനുടുത്തുവന്ന ജസീന്തയെ ആദ്യമായി അയാൾ ഉമ്മ വെച്ചത്.... അയാളെ തട്ടി മാറ്റി ചുണ്ടിലെ നീറ്റൽ നാവുകൊണ്ട് തുടച്ച് അവൾ പറഞ്ഞതും 'കള്ളൻ' എന്നു തന്നെ. രണ്ടാമതൊരങ്കത്തിനുശേഷം തളർച്ചയോടെ തിരിഞ്ഞുകിടക്കുമ്പോൾ അയാളുടെ മുടിയിൽ വിരലോടിച്ചുകൊണ്ട് വസുമതി പറഞ്ഞതും 'കള്ളൻ' എന്നാണ്.

എന്നാൽ ലോക്കപ്പ് മുറിയിൽ കുനിച്ചു നിർത്തി നട്ടെല്ല് നോക്കി കൈചുരുട്ടിയിടിക്കുമ്പോൾ കോൺസ്റ്റബിളിന്റെ വിളിക്കല്പം നീട്ടലും ദൃഢതയും ഉണ്ടായിരുന്നുവെന്നകാര്യം ഓർത്തുകൊണ്ട് രണ്ടാമദ്ധ്യായത്തിന്റെ ആരംഭത്തിൽ അയാൾ ഇങ്ങനെയെഴുതി.

ജീവിതത്തിൽ ഇതുവരെ ഒരു നുണപറയാത്തവർ, കാണിക്കാത്തവർ ആരെങ്കിലും ഉണ്ടാവുമോ? എല്ലാവരുടെയും മനസ്സിൽ ഒരു കള്ളനുണ്ട്; പൂർണ്ണവളർച്ചയെത്താത്ത ഒരു 'കള്ളൻ.' അനുഭവങ്ങൾക്കൊപ്പം സ്വല്പം തത്ത്വചിന്തകൂടി ചേർത്താൽ അസ്സലായിരിക്കുമെന്ന് പത്രാധിപർ പറഞ്ഞതോർത്ത് ഊറിച്ചിരിച്ചുകൊണ്ട് അയാൾ തുടർന്നെഴുതാൻ തുടങ്ങി.

# പന്നിപ്പോര്

**ക**ത്തിമുനയുടെ മുന്നിൽനിന്ന് എന്തു വേണേലും തരാം.... എന്റെ ജീവൻ മാത്രം തിരികെ തന്നാൽ മതീന്ന് അയാൾ പറഞ്ഞത് പൂർത്തിയാക്കും മുമ്പേ പ്രാഞ്ചി വയറ്റിലേക്ക് കത്തിയിറക്കിയിരുന്നു.... ശ്വാസം പകുതിയിൽ നിർത്തി അയാൾ പ്രാഞ്ചിക്കു നേരെ ദയനീയമായി നോക്കി.... ഒരു വല്ലാത്ത ചിരിയോടെ കഠാരപ്പിടിയൊന്ന് തിരിച്ച് പുറത്തെടുക്കുമ്പോഴേക്കും അയാൾ പ്രാഞ്ചിയുടെ കാല്ക്കലേക്ക് ഊർന്നു വീണിരുന്നു.

പ്രാഞ്ചി ചോരപുരണ്ട കത്തി മൂക്കിനോട് ചേർത്തു..... പന്നീന്റെ ചോരയ്ക്ക് നല്ല ശീമപോർക്കിന്റെ മണാ........ ചോര ഏതവന്റേം ആയിക്കോട്ടെ അതിനെയെല്ലാം മൂന്നായി തരം തിരിച്ചിട്ടുണ്ട് പ്രാഞ്ചി..... കാട്ടുപന്നി, ശീമപ്പന്നി, നാടൻ പന്നി....

എല്ലാ ചോരമണങ്ങളെയും ഇങ്ങനെ പട്ടികപ്പെടുത്തി വർഗ്ഗീകരിക്കുന്നതിനിടയിൽ കൊട്ടേഷൻ സംഘങ്ങൾക്കിടയിൽ പന്നിപ്രാഞ്ചി എന്നൊരു പേരു തന്നെ വീണിട്ടുണ്ട്.... അതു കേൾക്കുമ്പോൾ ഗൂഢമായ ഒരാനന്ദം പ്രാഞ്ചിയെ പൊതിയാറുണ്ട്....

ഏഴാം ക്ലാസിൽ രണ്ടാമതും തോറ്റിരിക്കുമ്പോഴാണ് .... "എന്തിനാടാ ചുമ്മാ ചൊറിയും കുത്തിയിരിക്കുന്നേ.... നിനക്കെന്റെ കൂടെ പോന്നൂടായോ...." എന്ന ചോദ്യം വന്ന് പ്രാഞ്ചിയെ തൊട്ടത്.... നോക്കുമ്പോൾ ലൂയിപ്പാപ്പൻ.... അപ്പന്റെ വലിയ ചങ്ങാതി.... കടന്തറപ്പുഴയുടെ പാറയിടുക്കിൽനിന്നും അപ്പന്റെ ചീർത്തു പൊന്തിയ ദേഹം പുറത്തേക്കെടുത്തപ്പോൾ പ്രാഞ്ചിയെയും അടക്കിപ്പിടിച്ച് വലിയവായിലെ നെലവിളിച്ചവൻ....

ഒന്നുമില്ലേലും ചോറിന് വേറെ കൂട്ടാൻ തെരയണ്ടല്ലോന്ന് അമ്മച്ചിയും.... അങ്ങനെയാണ് പ്രാഞ്ചി ലൂയീപ്പാപ്പന്റെ കൈക്കാരനായത്....

ആദ്യത്തെ പന്നിവേട്ട പ്രാഞ്ചിയുടെ മനസ്സിലിന്നുമുണ്ട്....

ലൂയീപ്പാപ്പന്റെ കൈയിലിരുന്ന ചുറ്റിക ഉയർന്നു താണു.... പ്ലക്.... ചെവിയിലൂടെ ചോരയുടെ പൂക്കുറ്റി.... "ഇത്രേം ഉള്ളെടാ എല്ലാത്തിന്റേം കാര്യം" മർമ്മത്തിനാന്നേൽ ഒറ്റയടിമതി. ലൂയീപ്പാപ്പൻ പ്രാഞ്ചിയുടെ കുറ്റിത്തലമുടിയിലൂടെ വിരലോടിച്ചുകൊണ്ട് പറഞ്ഞു....

ചെവിയിലൂടെ പടർന്നൊഴുകുന്ന ചോരയിൽ മുഖമിട്ടുരുട്ടി പന്നി നിശ്ചലമാകുന്നതു വരെ പ്രാഞ്ചിയുടെ കുറ്റിത്തലമുടിക്കിടയിലൂടെ ലൂയിസ് പാപ്പന്റെ വിരലുകളിഴയും. പ്രാഞ്ചി ലൂയീപ്പാപ്പന്റെ കൂടെ കൂടിയതിൽപ്പിന്നെ മുടി നീട്ടി വളർത്തിയിട്ടില്ല. നീട്ടി വളർത്താൻ ലൂയീപ്പാപ്പൻ സമ്മതിച്ചിട്ടില്ല.... പന്നീന്റെ തോല് പൊളിക്കണേന്റെ മുമ്പേ വിരലുകൾക്കൊരു വഴക്കം കിട്ടണേൽ പ്രാഞ്ചീടെ കുറ്റിമുടീൽക്കൂടി വിരലൊന്ന് പായിച്ചേ പറ്റൂവെന്ന് ലൂയീപ്പാപ്പൻ പറയും....

ട്രൗസറിന്റെ കീശയിൽനിന്നുമെടുത്ത തീപ്പെട്ടിയിൽനിന്നും ലൂയീപ്പാപ്പൻ ചൂട്ടിലേക്ക് തീ പടരും. ചൂട്ടിൽനിന്നും ചുണ്ടിനറ്റത്തെ ചുരുട്ടിലേക്കും. ചൂട്ടിൽനിന്നും ചുരുട്ടിൽനിന്നും ഒഴുകുന്ന പുക ഒന്നു ചേർന്ന് കാറ്റിനൊപ്പം ചേരും.

കൈയിലിരിക്കുന്ന ചൂട്ട് അന്തരീക്ഷത്തിലൊന്ന് കറക്കിയെടുക്കുമ്പോഴേക്കും വിരിഞ്ഞ തീപ്പൂവ് പ്രാഞ്ചിക്ക് നേരെ നീട്ടും. ചത്തുമലച്ച് കിടക്കുന്ന പന്നിയുടെ ദേഹം മുഴുവൻ പ്രാഞ്ചി ചൂട്ടുകൊണ്ടുഴിയും. കഴുത്തിനടിയിലും ചെവിക്കുടയ്ക്കുള്ളിലും ചൂട്ട് കുത്തിപ്പിടിക്കും....

തുടയ്ക്കിടയിൽ ഗുഹ്യഭാഗത്ത് എഴുന്ന് നില്ക്കുന്ന ചെമ്പിച്ച രോമങ്ങൾ ഒരു ശ്ശീ ശബ്ദത്തോടെ എരിഞ്ഞടങ്ങുമ്പോൾ പ്രാഞ്ചി തല ചെരിച്ച് ലൂയീപ്പാപ്പനെ നോക്കും.... പ്രാഞ്ചിക്കുറപ്പാണ് പന്നീടെ തുടയ്ക്കിടയിൽ ചൂട്ട് തിരുകുമ്പോൾ ലൂയീപ്പാപ്പൻ തന്നെ നോക്കി നില്പുണ്ടാകുമെന്ന്.... ഏറ്റവും കരുതലോടെ വേണം അവിടം കൈകാര്യം ചെയ്യാനെന്ന് ലൂയീപ്പാപ്പൻ പഠിപ്പിച്ച പാഠങ്ങളിലൊന്നാണ്....

"കരിയിച്ച് കളേല്ലെടാ അത്.... എന്റെ ജോനപ്പന് കൊടുക്കാനാടാ...." പെൺപന്നിയാണെങ്കിൽ ലൂയീപ്പാപ്പൻ ഓർമ്മിപ്പിക്കും. കുഞ്ഞുനാളിൽ ജോനപ്പന് കരപ്പൻ വന്നിരുന്നു. ദേഹം മുഴുവൻ കുരുവിട്ട് പൊന്തിയ കറുത്ത കുരുക്കളിൽ നിന്നുമൊഴുകിയ നീര് ചാലുകളായി ജോനപ്പന്റെ ദേഹത്തൂടെയൊഴുകി.... അലോപ്പതിയോടും ഹോമിയോപ്പതിയോടും മല്ലിട്ട് നിന്ന കുരുക്കൾ കൂടുതൽ കൂടുതൽ നീരൊഴുക്കി....

മിഖായേല് ചേട്ടനാണ് പറഞ്ഞത് പെൺപന്നിയുടെ ജനനേന്ദ്രിയം കുരുമുളകും ഇഞ്ചീം വെളുത്തുള്ളിം സമാസമം ചേർത്ത് ചീനച്ചട്ടിയിലെ മൂപ്പിച്ച നല്ലെണ്ണയിലിട്ട് ചിരട്ടക്കനലിൽ വരട്ടിയെടുത്ത് കൊടുത്താൽ കരപ്പൻ പോകൂന്ന്.... രണ്ടു തവണ കഴിച്ചപ്പോഴേക്കും ജോനപ്പന്റെ ദേഹത്തെ പൊന്തി നിന്ന കുമിളകൾ ഉള്ളിലേക്ക് അമർന്നു.... ഒന്നരയാഴ്ചകൊണ്ട് കരപ്പന്റെ ശല്ക്കങ്ങളെല്ലാം പൊഴിഞ്ഞു....

ഇഞ്ചതേച്ച് കുളിപ്പിച്ച കുഞ്ഞ് ജോനപ്പനെ നോക്കി മാത്തിരിയമ്മച്ചി ഗീവറീത് പുണ്യാളന് സ്തുതി പറഞ്ഞു.... മരുന്ന് പറഞ്ഞു തന്ന മിഖാ

യേൽ ചേട്ടനും കാട്ടിലും നാട്ടിലുമുള്ള എല്ലാ പെൺപന്നികൾക്കും സ്തുതി പറഞ്ഞു....

കുളി കഴിഞ്ഞ് അടുക്കളയിലെ കൊരണ്ടിപ്പലകയിൽ ഉണ്ണാനിരുന്ന ജോനപ്പന്റെ മുമ്പിലേക്ക് മാത്തിരിയമ്മച്ചി കുടം പുളിയിട്ടു വെച്ച തോട്ടു വരാലും കൂർക്കത്തോരനും വിളമ്പി.... പാത്രത്തിലെന്തോ തിരഞ്ഞ് കാണാതെ കുഞ്ഞുജോനപ്പൻ പാത്രത്തിനൊരു തട്ട് .... പിന്നൊരു നില വിളീം.... “എനിക്ക് ജ്ഞാനപ്പഴത്തിന്റെ കൂട്ടാൻ തായോ....”

വലിയ വായിൽ നിലവിളിച്ച ജോനപ്പന്റെ വായിലേക്ക് മാത്തിരിയമ്മച്ചി ചോറുരുള പലതവണ ഉന്തി കയറ്റിയെങ്കിലും അതെല്ലാം വർദ്ധിത വീര്യത്തോടെ അവൻ പുറത്തേക്കു തുപ്പി.... ഈ കൊച്ചിനെക്കൊണ്ട് ഞാനെന്നാ ചെയ്യും എന്നു പറഞ്ഞ് മാത്തിരിയമ്മച്ചി നിലത്തിരുന്നു പോയി....

ജോനപ്പന്റെ കരച്ചിലും കേട്ടോണ്ടാണ് ലൂയീപ്പാപ്പൻ വന്നത്.... എന്നാത്തിനാടീ എന്റെ ജോനപ്പനെ നീയിങ്ങനെ കരയിക്കുന്നേന്നും ചോദിച്ചു കൊണ്ട് ലൂയീപ്പാപ്പൻ ജോനപ്പനെയെടുത്ത് നെഞ്ചോട് ചേർത്തു.... “എനിക്കു ജ്ഞാനപ്പഴത്തിന്റെ കൂട്ടാനും കൂട്ടി ചോറുതായോ....”

കരപ്പന്റെ മരുന്നിന് മാത്തിരി ഇട്ട പേരറിയാമായിരുന്ന ലൂയീപ്പാപ്പൻ “കരയല്ലേടാ ചക്കരേ.... രാത്രിക്കത്തെ ചോറിന് കൂട്ടാൻ അപ്പൻ ജ്ഞാനപ്പഴത്തിന്റെ കറിയുണ്ടാക്കി തരാമെടാ പൊന്നുമോനേ”ന്നും പറഞ്ഞ് ജോനപ്പന്റെ തലയിൽത്തൊട്ട് സത്യം ചെയ്തു....

അന്നു മുതൽ ലൂയീപ്പാപ്പൻ പന്നികളെ കൊന്നത് പ്രത്യേകിച്ചും പെൺപന്നികളെ കൊന്നത് ജോനപ്പന് വേണ്ടിയായിരുന്നുവെന്ന് പ്രാഞ്ചിക്കു തോന്നിയിട്ടുണ്ട്....

പാലത്തിനു ചുവടെ കരിങ്കൽക്കഷണത്തിലമർന്ന് മുന്നിലെ പന്നിമാംസത്തിൽ വെട്ടുകത്തി ലൂയീപ്പാപ്പൻ തെരുതെരെ വീഴ്ത്തുമ്പോൾ എത്രയൊതുക്കിപ്പിടിച്ചിട്ടും നീര് വന്ന് തടിച്ചുവീങ്ങിയ വൃക്ഷണങ്ങൾ പുറത്തേക്ക് ചാടും. പശുക്കടവ് ജുമാമസ്ജിദിന്റെ താഴികക്കുടം ചെരിഞ്ഞു വീണപോലെ ലൂയീപ്പാപ്പന്റെ കാലുകൾക്കിടയിൽ വീണുകിടക്കും....

എന്നെങ്കിലുമൊരിക്കൽ ലൂയീപ്പാപ്പന്റെ വെട്ടുകത്തികൊണ്ട് ആ താഴികക്കുടം രണ്ടായി പിളരുന്നത് പ്രാഞ്ചി പേടിയോടെയോർക്കും.... ഓപ്പറേഷനല്ലാതെ മറ്റൊരു വഴിയുമില്ലയെന്ന് താലൂക്കാസ്പത്രിയിലെ ദേവസ്സി ഡോക്ടർ ലൂയീപ്പാപ്പനോട് പറഞ്ഞതാണ്....

പെൺപന്നിയുടെ രഹസ്യഭാഗങ്ങളിലൂടെ അതിസൂക്ഷ്മം കത്തി പായിക്കുന്ന ലൂയീപ്പാപ്പൻ തന്റെ കീണ്ടിവീക്കത്തിന്റെ മുളയരിയാൻ ദേവസി ഡോക്ടറുടെ കത്തിയെ അനുവദിച്ചില്ല....

ലൂയീപ്പാപ്പനൊത്തുള്ള ജീവിതത്തിനിടയിൽ ചോരയറപ്പ് തീർന്ന നല്ലൊരു പന്നിവേട്ടക്കാരനായി പ്രാഞ്ചി മാറി.... ഇടയ്ക്ക് ബോധപൂർവ്വം പന്നിനെറുകയിൽ സ്ഥാനം തെറ്റിയടിച്ചു.... പന്നിച്ചരട് കൈയിൽ നിന്നയച്ചു.... അടികൊണ്ട പന്നി മരണവെപ്രാളത്തിൽ കുതിച്ചു.... കൈയാല

ക്കെട്ടുകൾ ചാടി മറിഞ്ഞ് പ്രാഞ്ചി ഒരു വശം ചെരിഞ്ഞ് ചുറ്റിക ഉയർത്തി.... ഌക്.... ശബ്ദത്തിന് പോലും ലൂയീപ്പാപ്പന്റെ ചുറ്റിക നാദത്തിന് കടപ്പാട്....

പ്രാഞ്ചിയെ കൈയെത്തിച്ച് അടക്കിപ്പിടിച്ചപ്പോൾ ലൂയീപ്പാപ്പൻ സന്തോഷത്താൽ വിതുമ്പി.... ലൂയീപ്പാപ്പന്റെ കാലുകൾക്കിടയിലെ താഴിക ക്കുടം പ്രാഞ്ചിയുടെ മുട്ടിനു മുകളിൽ ഉരഞ്ഞു നിന്നു.

പള്ളിപ്പെരുന്നാളിന്ന് പ്രദക്ഷിണത്തിന് ശേഷം കലുങ്കിൽ ചുമ്മാതി രിക്കുവാരുന്ന പ്രാഞ്ചിക്കുമുന്നിലേക്കു വന്ന് വെറുതെ മെക്കിട്ടു കേറുവാ രുന്നു അന്തീനാട്ടേ സ്റ്റീഫൻ.... മുന്നിൽനിന്ന് ഒരു പന്നി മുക്രയിടുന്നെന്ന് പ്രാഞ്ചിക്കൊരു തോന്നൽ....

സ്റ്റീഫന്റെ മൂക്കീന്നും വായീന്നും ഒരുമിച്ചായിരുന്നു ചോര കുതിച്ച് ചാടിയത്.... തല്ക്കാലം നാട്ടിൽനിന്നും മാറി നില്ക്കാൻ ലൂയീപ്പാപ്പൻ തന്നെയാ പറഞ്ഞത്.... പിന്നെയുള്ള പതിനഞ്ച് വർഷത്തിനിടയിൽ പ്രാഞ്ചി നാട്ടിൽ വന്നത് നാലഞ്ച് തവണ മാത്രം....

എന്റെ ജോനപ്പനേം കൂടെ നീ കൊണ്ടു പോണം . ഇവിടെ നിന്നാൽ അവൻ ശരിയാകത്തില്ല.... പെഴച്ചു പോകും.... കൊണ്ടു പോകത്തില്ലേടാ നീ.... ഒടുവിൽ പ്രാഞ്ചി വന്നപ്പോൾ അവന്റെ കൈയിൽപ്പിടിച്ച് ലൂയീപ്പാ പ്പൻ വിതുമ്പി....

പാപ്പനാകെ അവശനായിരിക്കുന്നുവെന്ന് പ്രാഞ്ചിക്കു തോന്നി. കാല മിനിയേറെയില്ലെന്നും.... പാപ്പന്റെ കൈകാലുകളിലെ ദൃഢപേശികളെല്ലാം കാലം ഉടച്ചുകളഞ്ഞിരിക്കുന്നു. കാലം കൈവെയ്ക്കാതെ പോയത് ലൂയീപ്പാപ്പന്റെ കാലുകൾക്കിടയിലെ താഴികക്കുടങ്ങളിൽ മാത്രം....

വാതിൽപ്പടിയിൽ നില്ക്കുന്ന ജോനപ്പനെ പ്രാഞ്ചി നോക്കി.... ഞ്ഞാ നപ്പഴത്തിന്റെ കൂട്ടാൻ കൂട്ടി ജോനപ്പൻ വളർന്നിരിക്കുന്നു.... തലയുടെ ഇരുവശവും പന്നിയുടെ രോമം വടിച്ചതുപോലെയുള്ള ഹെയർസ്റ്റൈലിൽ ജോനപ്പൻ ഞെളിഞ്ഞു നിന്നു.

"എടാ പ്രാഞ്ചിയേ.... ഇടം വലം നോക്കാത്തോനാ എന്റെ ജോന പ്പൻ.... അതല്ലേ അവന്റെ പ്രായോം.... ചെക്കൻ എന്തേലും കന്നം തിരിവ് കാണിച്ചാൽ എന്നെയോർത്ത് ക്ഷമിച്ചേക്കണം കേട്ടോ...." യാത്ര പറയു മ്പോൾ ലൂയീപ്പാപ്പൻ കരഞ്ഞു.... മാത്തിരിയമ്മച്ചി പ്രാഞ്ചിയുടെ കൈപി ടിച്ച് കണ്ണീരൊഴുക്കി "നോക്കിയേക്കണേടാ" എന്നുമാത്രം പറഞ്ഞു....

"പൊൻ പണമൊക്കെ കണക്കു പറഞ്ഞ് വാങ്ങിയില്ലേ പ്രാഞ്ചീ...." ആദ്യത്തെ കൊട്ടേഷൻ ഏല്പിക്കുമ്പോൾ ജോനപ്പൻ ചോദിച്ചു.... ജോന പ്പന്റെ ചോദ്യം കേട്ട് കീരിവാസുവും നഞ്ചക്ക് ബെന്നിയും പതറിപ്പോയി രുന്നു....

എല്ലാരും പ്രാഞ്ചിയേട്ടനെന്നുമാത്രം വിളിക്കുമ്പോൾ ഇവിടെയൊരു നരന്തുചെക്കൻ വിളിച്ചിരിക്കുന്നു.... പ്രാഞ്ചീന്ന്.... ഒരു ചിരികൊണ്ട് തന്റെ മുഖത്തു വീണുകിടക്കുന്ന ജാള്യതയുടെ പാടനീക്കാൻ പ്രാഞ്ചിയൊരു വിഫല ശ്രമം നടത്തി.... ചെക്കൻ എന്തേലും കന്നം തിരിവ് കാണിച്ചാല് ക്ഷമിച്ചേക്കണേടാ എന്ന ലൂയീപ്പാപ്പന്റെ വാക്കുകളോർത്തു പ്രാഞ്ചി....

“എന്നതാടാ പൊൻപണമോ....” ഒരു ലാഘവത്തിനെന്നോണം ഒരു പൊട്ടിച്ചിരീം കൂടെ ഒപ്പം ചേർത്തു പ്രാഞ്ചി....

“അല്ല പ്രാഞ്ചി പണ്ടൊക്കെ ഈപ്പണി ചെയ്യുന്നോരെ ചേകോൻമാരെന്നാ പറയാ.... നമ്മള് ചെയ്താൽ കൊട്ടേഷനെന്നും.... അതൊക്കെപ്പോട്ടെ പ്രാഞ്ചീ.... ഇതിപ്പം തല്ലാനാണോ കൊല്ലാനാണോ.... അത് പറ....”

“ജോനപ്പാ ആത്മവിശ്വാസം നല്ലതാ.... അത് അധികമാവാതെ നോക്കണം....” ജോനപ്പൻ പ്രാഞ്ചിയുടെ ഉപദേശത്തെ ചുണ്ട് കൊണ്ട് കോട്ടി.... കീരിയുടെയും നഞ്ചക്കിന്റെയും മുഖത്ത് നീരസക്കറ.... ഇതിവന് ശരിയാവില്ലെന്നൊരു വിധി.... പക്ഷേ, ആ മുൻവിധികളെയെല്ലാം തൂത്തുവാരി ജോനപ്പൻ തെളിഞ്ഞു....

രണ്ടു വർഷത്തിനുള്ളിൽ ഏതു പണിയും ധൈര്യത്തോടെ ജോനപ്പനെ ഏല്പിക്കാമെന്നായി.... ഏറ്റെടുക്കുന്നതിന് മുമ്പ് തല്ലാനോ കൊല്ലാനോ എന്ന ചോദ്യം മാത്രം.... ജോനപ്പന്റെ കൈയിലെ ഏതാണ്ട് മുപ്പത് സെന്റീമീറ്റർ നീളമുള്ള ചുറ്റിക കൈക്കുഴയ്ക്കുള്ളിൽ കിടന്നു കറങ്ങി ഒരു മൂളക്കത്തോടെ താഴേക്കു പറന്ന് തലകൾ പിളർന്നുകൊണ്ടിരുന്നു....

ലൂയിപ്പാപ്പനെ പോലും വെല്ലുന്ന ജോനപ്പന്റെ കൃതകൃത്യതയിൽ പ്രാഞ്ചി പലപ്പോഴും കണ്ണുമിഴിച്ചു.... “ലൂയിപ്പാപ്പൻ പന്നിയെക്കൊല്ലുന്ന ഏഴയലത്തുപോലും ചെക്കനിന്നേവരെ വന്നിട്ടില്ല.... എന്നിട്ടും....” ഒരിക്കൽ സാറയും ജോനപ്പനെ പുകഴ്ത്തിയപ്പോൾ പ്രാഞ്ചി ഇതു തന്നെയാണ് ഓർത്തത്....

ആഴ്ചയിലൊരിക്കൽ തന്നെ തേടിവരുന്ന പ്രാഞ്ചിക്കായി ചെമ്മീൻചമ്മന്തിയും കൂർക്കത്തോരനും ഡേവീസിന്റെ കടയിൽനിന്നും വാങ്ങിയ റോസരിയുടെ ചോറുമൊരുക്കി സാറ കാത്തിരിക്കും....

അന്ന് അയാളുടെ ഉള്ളംകൈയുടെ താളചലനത്തിൽ രൂപമെടുക്കുന്ന വലിയ ചോറുരുളകളെ അവൾ അതിശയത്തോടെ നോക്കി.... അല്പസമയത്തിനുള്ളിൽ താനുമൊരു ചോറുരുളയായി തീർന്ന് അവന്റെ ഉള്ളംകൈയിൽ ഇരിക്കുന്നതോർത്ത് വികാരവിവശയായി....

കിടക്കപ്പായിൽ പ്രാഞ്ചിക്കൊരു കാട്ടു പന്നിയുടെ കരുത്താണെന്ന് സാറയ്ക്കു തോന്നിയിട്ടുണ്ട്.... നിലത്തു കിടക്കുന്ന എല്ലാത്തിനെയും തന്റെ മൂക്കു കൊണ്ട് കുത്തി തുരക്കുന്ന കാട്ടു പന്നി.... പലപ്പോഴും ആ കാട്ടു പന്നിയുടെ നാസാരന്ധ്രങ്ങളിൽക്കൂടി താൻ കയറിപ്പോകുന്നതായും തന്റെ നാഭീവഴികളിൽ അവൻ തേറ്റ കൊണ്ടൊരു തുരങ്കം തീർക്കുന്നതായും അവൾക്കനുഭവപ്പെട്ടു....

അവന്റെ സീൽക്കാരങ്ങളുടെ അതേ താളമാണ് അവന്റെ കൂർക്കം വലിക്കുമെന്നത് അവളെ അത്ഭുതപ്പെടുത്തി.... ഇങ്ങനാന്നേൽ ജോനപ്പനൊപ്പം കിടക്കുന്ന പെണ്ണിന്റെ കാര്യമെന്താവുമെന്ന് അവൾ ആത്മഗതിച്ചത് പ്രാഞ്ചിക്ക് സ്വല്പം രസിച്ചു....

സാറയുടെ ഫ്ളാറ്റിൽനിന്നുമിറങ്ങി ബുള്ളറ്റിൽ കയറി കുതിക്കു

മ്പോൾ പ്രാഞ്ചി ജോനപ്പനെക്കുറിച്ചു തന്നെയാണോർത്തത്.... പെട്ടെന്ന് കുറുകെ കയറിയൊരു ജീപ്പ് ബ്രേക്കിട്ടലറി.... വടിവാളുമായി ചാടിയിറങ്ങുന്ന നാലഞ്ചു പേർ....

പ്രാഞ്ചിയുടെ കൈ എളിയിൽ തിരുകിയിരിക്കുന്ന കഠാരപ്പിടിയിലേക്ക് നീണ്ടു.... സാറയുടെ തലയണയ്ക്കടിയിലിരുന്ന് കഠാരപ്പിടി പ്രാഞ്ചിയുടെ സ്പർശത്തിനായി കൊതിച്ചു.... ബുള്ളറ്റിൽനിന്നുമിറങ്ങി പ്രാഞ്ചി കുതിച്ചു.... കവലയിലെ കൽക്കെട്ടിലേക്ക് ചാടിക്കയറി ഒരു വശം ചെരിഞ്ഞ് പ്രാഞ്ചി റോഡിലേക്ക് അമർന്നു.... തലയ്ക്കു മുകളിലൂടെ പറന്നുപോയ വാൾത്തലപ്പിൽനിന്നും വെട്ടിയൊഴിഞ്ഞ് ഇരു കൈകളും നിലത്തമർത്തി പുറം കാലുകൊണ്ട് തൊഴിച്ചു.... പിറകിലൊരു നിലവിളി അകലേക്കു തെറിച്ചു പോകുന്നത് പ്രാഞ്ചിയറിഞ്ഞു....

ചുറ്റിനും നില്ക്കുന്നവരെ പ്രാഞ്ചിയൊന്ന് പാളിനോക്കി.... എല്ലാം ഇറക്കുമതിയാണ്.... പ്രാഞ്ചി കണ്ണൊന്നടച്ചു.... അരികിൽ ലൂയീപ്പാപ്പൻ നില്ക്കുന്നു.... തന്റെ കുറ്റിത്തലമുടിയിലൂടെ വിരലോടിക്കുന്നു.... പ്രാഞ്ചി തന്റെ ശരീരമൊന്ന് കുതറിച്ചു.... കൈകൾ രണ്ടും നിലത്തേക്കമർത്തി ചുറ്റിനും നില്ക്കുന്നവരെ നോക്കി

.... ക്റാ.... ക്റാ.... പ്രാഞ്ചി തലകുടഞ്ഞലറി.... അലർച്ചയ്ക്കിടയിൽ പുറത്തേക്കു ചാടിയ തേറ്റയിൽ മുന്നിൽ നില്ക്കുന്നവനെ കൊരുത്തു.... ചുറ്റിത്തിരിഞ്ഞ് പുറം കാലുകൊണ്ട് തൊഴിച്ചു.... പ്രാഞ്ചിയുടെ അപ്രതീക്ഷിതമായ രൂപപ്പകർച്ചയിൽ ചുറ്റിനുമുള്ളവർ ചിതറിയോടി.... പ്രാഞ്ചി മുക്കറയിട്ടുകൊണ്ട് മദോൻമത്തനായി മുകളിലേക്ക് മുഖമുയർത്തി....

പ്ലക്.... ഒറ്റയടിയിൽ പ്രാഞ്ചിയുടെ തലപിളർന്നു.... “എന്നാത്തിനാടാ നീയിത് എന്നോട് ചെയ്തെ.... അതെങ്കിലും പറ....”

“ഒപ്പം കിടക്കണേൽ പ്രാഞ്ചിയെ തീർത്തിട്ട് വരാൻ അവളാ പറഞ്ഞേ....” അവന്റെ ശബ്ദം പ്രാഞ്ചിയുടെ ചെവിക്കുടയിലൂടെ കയറിപ്പോയെങ്കിലും ഒലിച്ചിറങ്ങി വന്ന ചോരനനവിൽ അത് നനഞ്ഞു കുതിർന്നു പുറത്തേക്ക് തന്നെയൊഴുകി.

# അ, ആ.... ഈ.

**ആ**കാശത്തിലൂടെ അതിവേഗം പറന്നുവരുന്ന കൊറ്റികൾ. അവയുടെ കൊക്കിനിടയിൽ ഒരു കരിമ്പടം  അയാളുടെ ഗ്രാമത്തിനെ മൊത്തം പൊതിയാനുള്ളത്രയും വലിപ്പമുണ്ടായിരുന്നു കരിമ്പടത്തിന്.

കൊറ്റികൾ അടുത്തടുത്ത് വരുംതോറും അവയുടെ വേഗം കൂടി വന്നു. ഗ്രാമത്തിന് തൊട്ടുമുകളിൽ വന്ന് കൊറ്റികൾ കരിമ്പടവുമായി ഒന്നു വട്ടം കറങ്ങി, മെല്ലെ താഴേക്ക് പറന്നു.

കരിമ്പടത്തിനുള്ളിൽ കിടന്ന് ശ്വാസം മുട്ടി പിടയുന്നതോർത്ത്, ഉത്തമൻ ഒരലറിക്കരച്ചിലോടെ പുറത്തേക്കോടി. ഓടുന്നതിനിടയിൽ അയാൾ നിലവിളിക്കുന്നുണ്ടായിരുന്നെങ്കിലും തൊണ്ടയുടെ അടഞ്ഞ വാതിലിൽ തട്ടി അവയെല്ലാം ഇടറി വീണു.

ഏതാണ്ട് കരിമ്പടം ഗ്രാമത്തിനെ തൊടുന്നതിനുമുമ്പെ അയാൾ ഒരു കബഡിക്കാരനെപ്പോലെ ഗ്രാമത്തിന്റെ അതിർവരമ്പിനപ്പുറത്തേക്ക് കമിഴ്ന്നടിച്ചു വീണിരുന്നു.

തിരിഞ്ഞുനോക്കിയപ്പോൾ കൊറ്റികൾ തിരികെ പറക്കുന്നു. അപ്പോഴേക്കും അവയുടെ വെള്ളനിറം മാറി കരിമ്പടത്തിന്റെ നിറമായിരിക്കുന്നത് അതിശയത്തോടെ ഉത്തമൻ കണ്ടു. തന്റെ ഗ്രാമം ശ്വാസത്തിനായി കരിമ്പടത്തിനുള്ളിൽ കിടന്ന് പുളയുന്നതു കണ്ട അയാൾ ഏങ്ങലടിച്ചു കരഞ്ഞു.

കരച്ചിലിന്റെ തുടർച്ചയിൽ ഉത്തമൻ എണീറ്റിരുന്നു. ചുറ്റിനും ഇരുട്ട് മാറിയിരുന്നില്ല.

തെല്ലുനേരം വേണ്ടിവന്നു ഉത്തമന് താൻ കണ്ടത് ഒരു സ്വപ്നമായിരുന്നുവെന്ന് തിരിച്ചറിയാൻ. അരികെ സുശീല ശാന്തമായുറങ്ങുന്നത് കണ്ട് അയാൾക്ക് ആശ്വാസം തോന്നി....

അന്ന് സുശീല പതിവിലും വൈകിയാണെഴുന്നേറ്റത്. കട്ടൻ ചായ കൊണ്ടുവന്നപ്പോൾ ഇന്നല്പം വൈകീട്ടോ.... എന്നയാൾ പരിഭവം പറഞ്ഞു. ഒന്നും പിടികിട്ടാത്ത വണ്ണം സുശീല ഉത്തമനെ തുറിച്ചു നോക്കി.

"ഇതിന് കടുപ്പം തീരെ പോരല്ലോ?"

സുശീലയുടെ നോട്ടത്തിനും കടുപ്പം കൂടി.

അവളെന്താണിങ്ങനെ തുറിച്ചു നോക്കുന്നത്?

"ഇവക്കെന്താ നാവില്ലേ?" അല്ല.... അവൾ എന്തോ പറഞ്ഞിരുന്നല്ലോ? അതിൽ ഒരു വാക്കുപോലും തനിക്ക് പിടികിട്ടിയില്ലല്ലോ? ഇതും സ്വപ്നം തന്നെയാണോ....? അല്ല സ്വപ്നമല്ല ചായയുടെ ചൂട് വിരലിലേക്ക് അരിച്ചിറങ്ങുന്നുണ്ട്.

അയാൾ ധൃതിയിൽ എണീറ്റു.... തെക്കെ വശത്തെ മുറിയിൽ മകനോട് അവർ എന്തോ പറയുന്നുണ്ടല്ലോ....? രമേശൻ തലയാട്ടുന്നുമുണ്ട്. അവനും എന്തൊക്കെയോ പറയുന്നുണ്ട്. പക്ഷേ, ഒരു വാക്കുപോലും തനിക്ക് പരിചിതമല്ലല്ലോ....? തനിക്കു തോന്നുന്നതാണോ....?

അയാൾ തന്റെ ചെവിപിടിച്ച് തിരുമ്മി, നെഞ്ചിൽ കൈ ചുരുട്ടി പതുക്കെയിടിച്ചു. ഇല്ല, സ്വപ്നമല്ല.

ചായകുടിക്കാൻ ഒരുമിച്ചാണ് അയാളും മകനും ഇരുന്നതെങ്കിലും അവരൊന്നും തന്നെ സംസാരിച്ചില്ല. മകന്റെ നോട്ടം അയാളുടെ നോട്ടത്തിൽ തട്ടി പിൻവാങ്ങിക്കൊണ്ടിരുന്നു.

മേശപ്പുറത്ത് പുട്ടും കടലയും വെച്ച് ഒന്നും പറയാതെ സുശീല അടുക്കളയിലേക്ക് മടങ്ങുമ്പോൾ ഉത്തമൻ ഒന്നുറപ്പിച്ചു. ഈ അമ്മയ്ക്കും മകനും കാര്യമായി എന്തോ സംഭവിച്ചിട്ടുണ്ട്....

ഏത് ഡോക്ടറെയാണിവരെ കാണിക്കുക എന്ന ആലോചനയോടേയാണ് അയാൾ ഇടവഴിയിൽനിന്നും മെയിൻ റോഡിലേക്ക് കയറിയത്.

തേക്കും കുന്നിലെ ദാമോദരേട്ടനല്ലെ എതിരെ വരുന്നത്....? "അല്ല ദാമോദരേട്ടാ, ഒറ്റ രാത്രികൊണ്ട് മ്മള് അമ്മിഞ്ഞ പാലിനൊപ്പം കുടിച്ചിറക്കിയ മ്മടെ ഭാഷേന്റെ മേലെ എന്തങ്കിലും വന്നു മുടോ....?"

ദാമോദരേട്ടനെന്താണ് ഇത് ചോദിച്ചപ്പോൾ തന്നെ തുറിച്ചു നോക്കികൊണ്ടു പറഞ്ഞത്? തിരിഞ്ഞ് തിരിഞ്ഞ് നോക്കിക്കൊണ്ടു നടന്നകന്നത്?

യാത്ര അവിടെ നിറുത്തി ഇടവഴിയിലേക്ക് തന്നെ തിരികെയിറങ്ങിയപ്പോൾ ഉത്തമൻ അത് തന്നെയായിരുന്നു ചിന്തിച്ചുകൊണ്ടിരുന്നത്.

വീട്ടിലേക്ക് തിരികെ നടക്കുമ്പോൾ ഒരു കിതപ്പ് നെഞ്ചിനുള്ളിൽ കിടന്ന് വട്ടം കറങ്ങുന്നതുപോലെ അയാൾക്ക് തോന്നി.

ചാരുപടിയിൽ കാലുമടക്കിയിരുന്നു തലമുട്ടിനിടയിൽ ഒളിപ്പിക്കാനൊരുങ്ങുമ്പോഴാണ് കൂനനുറുമ്പുകൾ കൈവരിയിലൂടെ വരിവരിയായി നീങ്ങുന്നതയാൾ കണ്ടത്.

മുന്നോട്ടു നീങ്ങുന്ന ഉറുമ്പിൻ കൂട്ടത്തിനെതിരെ ഒരു ചെറിയ ഉറുമ്പു നടന്നുവരുന്നു. മുന്നിലുള്ള ഉറുമ്പും എതിരെ വന്ന ഉറുമ്പും തെല്ലിടയൊന്നു നില്ക്കുന്നു. അവ രണ്ടും തല ചേർത്തു വെക്കുന്നു. അവ

തമ്മിൽ എന്തെല്ലാമോ സംസാരിക്കുന്നതായി അയാൾക്ക് തോന്നി.

ഉറുമ്പുകൾക്ക് സ്വന്തമായി ഭാഷയുണ്ടോ....? ഉത്തമൻ തന്റെ ചെവി കൈവരിയിലേക്ക് ചേർത്തു.

നേതാവെന്ന് തോന്നിച്ച ഉറുമ്പ് പുറം തിരിഞ്ഞ് തന്നെ പിന്തുടർന്നവരോട് എന്തോ പറയുന്നു. വരിവരിയായി വന്ന ഉറുമ്പുകൾ ദിശമാറി വേറൊരു വഴിയെ സഞ്ചരിക്കാൻ ശ്രമിക്കുന്നു. എതിരെ വന്ന ഉറുമ്പും അവയോടൊപ്പം ചേർന്നു നീങ്ങുന്നു.

അതോടെ ഉത്തമന് ഒരു കാര്യം തീർച്ചയായി. അവർക്കെല്ലാം മനസ്സിലാവുന്ന ഒരു ഭാഷ അവിടെ വിനിമയം ചെയ്യപ്പെട്ടിരിക്കുന്നുവെന്ന്....

അന്നയാൾ പിന്നെ പുറത്തിറങ്ങിയില്ല. വൈകിട്ട് സുശീല ടി വി തുറന്നപ്പോഴും ഉത്തമൻ ചാരുപടിയിൽ തന്നെയായിരുന്നു. നേർത്ത പ്രതീക്ഷയോടെ അയാൾ ചെവി കൂർപ്പിച്ചു.

സുശീലയും രമേശനും ദാമോദരേട്ടനും സംസാരിച്ച ഭാഷ തന്നെയാണ് ടി വിയും പറഞ്ഞുകൊണ്ടിരിക്കുന്നതെന്ന് ഞെട്ടലോടെ അയാൾ തിരിച്ചറിഞ്ഞു.

അവതാരകയുടെ അപരിചിത വാക്കുകളുടെ മൂർച്ചയിൽ തന്റെ ചെവി വേദനിക്കുന്നതായി ഉത്തമന് തോന്നി.

പുതപ്പിനുള്ളിലേക്ക് നൂണ്ടുകയറുമ്പോൾ ഉത്തമൻ ഒന്നുറപ്പിച്ചിരുന്നു. നാളെ രണ്ടിലൊന്ന് തീരുമാനിക്കണം.

രാവിലെ പത്തുമണിക്കു തന്നെ ഉത്തമൻ വീട്ടിൽനിന്നിറങ്ങി. പിറകിൽനിന്നും സുശീല എന്തോ ചോദിക്കാനൊരുങ്ങിയെങ്കിലും പിന്നീട് പിൻവാങ്ങുന്നത് കണ്ടു. സ്കൂളിന്റെ പിറകിലുള്ള കയ്യാല വലിഞ്ഞുകയറിയാണ് അയാൾ മുറ്റത്തെത്തിയത്.

അടച്ചിട്ടിരുന്ന ജനലിന്റെ പഴുതിലൂടെ അയാൾ അകത്തേക്ക് നോക്കി. അതെ.... സുമംഗല ടീച്ചർ തന്നെയാണ്.... സുമംഗലയെ ഉത്തമന് നേരത്തെ അറിയാം. വിലങ്ങോട്ടിലെ കണാരേട്ടന്റെ മകളാണ്.

അയാൾ ജനൽപ്പഴുതിലൂടെ ഒന്നുകൂടി നോക്കി.

താഴേമഠത്തിലെ ജാനുവിന്റെ മകൾ റീജയല്ലേ മുമ്പിലത്തെ ബെഞ്ചിൽ....? അപ്പോൾ ഏഴാം ക്ലാസാണ് സുമംഗല ടീച്ചറായതോണ്ട് മലയാളം പിരീഡാവും, ഉത്തമൻ ഉറപ്പിച്ചു.

സുമംഗലടീച്ചർ കുട്ടികളോടെന്തോ പറയുന്നുണ്ടല്ലോ? തിരിച്ച് കുട്ടികളും പറയുന്നുണ്ട്. ഇല്ല താനിങ്ങനെയൊരു ഭാഷ കേട്ടിട്ടേയില്ലല്ലോ....?

പെട്ടെന്നാണ് ജനൽപ്പാളി തുറക്കപ്പെട്ടത്. വീശിയടിച്ച ജനൽപ്പാളി ഉത്തമന്റെ ഇടത്തെ ചെകിട്ടത്ത് ഒരു കതിന പൊട്ടിച്ചു. എത്ര നിയന്ത്രിച്ചിട്ടും ഒരു കരച്ചിൽ അയാളുടെ പിടിവിട്ട് പുറത്തേക്ക് വന്നു. ഉത്തമൻ നിലത്തിരുന്നുപോയി. സുമംഗല ടീച്ചറുടെ മുഖം പുറത്തേക്ക് നീണ്ടു.

ടീച്ചർ എന്തോ തന്നോടു പറഞ്ഞല്ലോ? എന്താണത്? തലകറക്കത്തിനിടയിലും അയാളത് ഓർത്തെടുക്കാൻ ശ്രമിച്ചു. “ഊയ് എന്തുപറ്റി ഉത്തമേട്ടോ? ഞാൻ കണ്ടില്ലേനു ങ്ങളെന്തേനിപ്പോ ഈടെ വന്നു നിന്നിനൂ....?

എന്നിങ്ങനെയെല്ലാമായിരുന്നില്ലേ ടീച്ചറ് ചോദിക്കേണ്ടിയിരുന്നത്....? പക്ഷേ, ടീച്ചർ ചോദിച്ചതോ?

ദിവാകരൻ മാഷിനും പ്യൂൺ വാസുദേവനുമൊപ്പം വീട്ടിലേക്ക് നടക്കുമ്പോൾ ഉത്തമൻ ചെവിയോർത്തു. "ദിവാകരൻ മാഷും വാസുദേവനും തമ്മിൽ പറയുന്നതെന്താണ്....?"

പുതുതായി പ്രഖ്യാപിക്കാനിരിക്കുന്ന ഡി എയുടെ കാര്യമാണെങ്കിൽ പോലും തനിക്കത് മനസ്സിലാകുമായിരുന്നല്ലോ? തനിക്കറിയാത്ത വാക്കുകൾ പ്രയോഗിക്കാൻ ഇവരെല്ലാം മത്സരിക്കുകയാണോ....?

അയാൾക്ക് ഒരു കാര്യം ബോദ്ധ്യപ്പെട്ടു., തന്റെ ഗ്രാമത്തിൽ ഏതോ വിചിത്രഭാഷ സംസാരിക്കുന്നവരുടെ എണ്ണം കൂടി വരികയാണെന്ന്.... ആദ്യം സുശീല, പിന്നെ മകൻ രമേശൻ, ദാമോദരേട്ടൻ, സുമംഗലടീച്ചർ, കുട്ടികൾ, ഇപ്പോൾ ദിവാകരൻ മാഷും.

ദിവാകരൻ മാഷ് സുശീലയോടെന്തോ സൂചിപ്പിച്ചിരിക്കണം. സുശീലയുടെ ഒരു കണ്ണ് തന്റെ മേൽ പിന്നെയെപ്പോഴും ഉണ്ടായിരുന്നുവെന്ന് ഉത്തമന് തോന്നി. ചാരുപടിയിലെ പതിവു സ്ഥലത്ത് അയാൾക്ക് ഇരിപ്പുറയ്ക്കുന്നുണ്ടായിരുന്നില്ല.

ഡൈനിങ് ഹാളിൽനിന്നും കയറുന്ന മുറിയിലെ അലമാരയ്ക്കു മുന്നിലാണ് അയാൾ എത്തിപ്പെട്ടത്.... അപ്പോഴയാൾക്കൊരു ഗവേഷകന്റെ മുഖമായിരുന്നു. തന്റെ വാദങ്ങൾക്ക് ബലമേകുന്ന തെളിവുകൾ തിരയുന്ന ഒരു ഗവേഷകന്റെ മുഖം.

അലമാരയിലെ വൃത്തിയായി അടുക്കിവെച്ചിരിക്കുന്ന പുസ്തകങ്ങൾക്ക് മുകളിൽക്കൂടി അയാളുടെ വിരലുകൾ പാഞ്ഞുനടന്നു.

പണ്ടേ അങ്ങനെയാണ്, ഒരു പുസ്തകമേ എടുക്കുന്നുള്ളൂവെങ്കിലും അലമാരയിലെ പുസ്തകങ്ങളിലെല്ലാം അയാളുടെ വിരലുകൾ ഓടി നടക്കും.

ചീട്ട് കൊത്തിയെടുക്കുന്ന കാക്കാത്തിയുടെ തത്തമ്മയെപ്പോലെ, ഏത് പുസ്തകത്തിലാണോ വിരലുകൾ നിശ്ചലമാവുന്നത് ആ പുസ്തകം എടുത്തിരിക്കും. അന്നു വിരലുകൾ വന്നു നിന്നത് ഒരു എഞ്ചുവടി പുസ്തകത്തിലായിരുന്നു.

അതിന്റെ നീല പുറം ചട്ടയിൽ, യൂണിഫോമിട്ട ഒരു പെൺകുട്ടി നിറം മങ്ങി നിന്നു....

അതിനുതാഴെ കറുത്ത അക്ഷരത്തിൽ 'മനഃപാഠം' എന്ന് ഉരുട്ടിയെഴുതിയിരുന്നു. മുഷിഞ്ഞ പുറം ചട്ടയ്ക്കുള്ളിലെ താളുകൾ മങ്ങിയിരുന്നെങ്കിലും തെളിഞ്ഞിരിക്കുന്ന അക്ഷരങ്ങൾ അയാളെ ഉദ്ദീപിപ്പിച്ചു.

ഉത്തമന് എന്നും ഏറ്റവും ഇഷ്ടമുള്ള അക്ഷരമായിരുന്നു 'അ'. ഇത്രയും ശരീരവടിവുള്ള ഒരു അക്ഷരം മാറ്റൊരു ഭാഷയിലും ഉണ്ടാവില്ലെന്ന് തന്നെയാണ് ഉത്തമന്റെ വിശ്വാസം.

അയാളുടെ വിരലുകൾ 'അ' യുടെ വളവുകളിലും മടക്കുകളിലും ഇഴഞ്ഞു. സുശീലയെ ആദ്യം സ്പർശിച്ചപോലെ വിരലുകളിൽ വിറപ

ടർന്നു.

തരംഗങ്ങളുയർത്തിയ ചോരയോട്ടങ്ങളിൽ ഞരമ്പുകൾ മുറുകി.... അക്ഷരങ്ങളിലേക്ക് വിയർപ്പുറ്റിവീണു. വിയർപ്പിന്റെ നനവുപടർന്ന് അക്ഷരങ്ങളുടെ വടിവുകൾ കൂടുതൽ മിനുങ്ങി.

ഇല്ല ഇവിടെയൊന്നും മാറിയിട്ടില്ല അയാൾ ഉറപ്പിച്ചു. എല്ലാരും കൂടിയെന്നെ ചതിക്ക്യാണ്, ഇതു സമ്മതിച്ചു കൊടുത്തുകൂടാ.... ഉത്തമൻ മുറ്റത്തെ വേലിപ്പടർപ്പുകൾ ചാടിക്കടന്ന് പുറത്തേക്കോടി.

അങ്ങാടിയിലെ നാൽക്കവലയിലുള്ള കുരിശുപള്ളിയിലെ ഇരുമ്പു വേലിയിൽ ചാരിനിന്ന് ഉത്തമൻ കിതച്ചു. അപ്പോഴേക്കും അയാളുടെ ചുറ്റിനും ചെറിയ ആൾക്കൂട്ടങ്ങൾ രൂപം കൊണ്ടു തുടങ്ങിയിരുന്നു.

ഉമിനീരിറക്കി, തൊണ്ടനനച്ച് , ആൾക്കൂട്ടത്തെ അഭിസംബോധന ചെയ്തുകൊണ്ട് അയാൾ പറഞ്ഞു തുടങ്ങി.

“കുരിപ്പുങ്ങളേ.... ഇങ്ങള് ഈ നാട്ടാരുതന്നെയോ അതോ വരത്തൻമാരോ....?” പുറത്തേക്കൊന്ന് കാർക്കിച്ച് തുപ്പി അയാൾ തുടർന്നു.

പണ്ടു സ്കൂളില് പഠിക്കുമ്പോ സയൻസിന്റെ ക്ലാസില് ഇമ്മള് മനുഷ്യൻമാര് ഒറ്റ കോശോള്ള ജീവീന്നാ ഉണ്ടായേന്നും അതീന്നാണ് വാലും കൊമ്പോന്നുമില്ലാത്ത ഇമ്മളായെന്നും കോലോത്തെ ഇന്ദിരടീച്ചറ് പഠിപ്പിച്ചീനും.

അന്നേരം മ്മടെ മാഷ് കുട്ടീല്ലേ സുധാകരൻ....? ഓൻ ചോദിച്ചിന് ഇമ്മള് മനുഷ്യൻമാര് ഇനീം മാറോന്ന്....? ഇങ്ങളെ കാണുമ്പോ അതെന്ന്യാ എനിക്കും തോന്നുന്നേ. ന്നാലും ഇതിനൊക്കെല്ലേ ഒരു നേരോം കാലോം.... ഇതൊരൊറ്റ രാത്രികൊണ്ട് ഇങ്ങളെല്ലാം ഇങ്ങനെ മാറീല്ലോ? ഇങ്ങളെല്ലാം ഓന്തുകളാണെടാ.... ഓന്തുകൾ....

എന്റെ സുശീല പോലും ഇപ്പോ എന്നെ നോക്കുന്നത് എങ്ങനേന്നറിയോ ഇങ്ങക്ക്....? സുശീലേം, രമേശനും, ഇങ്ങളും ഇങ്ങടെ സ്ക്കൂളും, മാഷുമ്മാരും കുട്ട്യോളും എല്ലാം ആരുടേയോ പിടീലായിരിക്ക്യാ

എന്നെ മാത്രം അയിന് കിട്ടൂലാ.... ഞാനേ കുത്തിയൊലിക്കുന്ന കടന്തറപ്പുഴയേ നീന്തിക്കടന്നോനാ.... വട്ടിപ്പനക്കുന്ന് ഒറ്റയോട്ടത്തിൽ ഓടിക്കയറിയോനാ അയാൾ ആവേശത്തോടെ നെഞ്ചത്തടിച്ചു കൊണ്ട് അലറി “ങ്ങക്കറിയോ....”

അലർച്ചയ്ക്കിടയിൽ അയാളുടെ വാക്കുകൾ തൊണ്ടക്കുഴിയിൽ കരച്ചിലിന്റെ നൂലിഴകളിൽപ്പെട്ടു കുരുങ്ങി.

അയാളുടെ ചുറ്റിലും ആളുകൾ കൂടിക്കൊണ്ടിരിന്നു. ഇടയ്ക്ക് പാർട്ടി സെക്രട്ടറി സദാശിവൻ അയാളുടെ കൈ പിടിച്ചു പുറത്തേക്ക് കൊണ്ടു പോകാൻ ശ്രമിച്ചു.

“ഫ” ഒറ്റ ആട്ടായിരുന്നു അയാൾ. ഇത്രത്തോളം വ്യക്തതയോടെ ഒരു അക്ഷരം ഈയടുത്തകാലത്ത് ഉച്ചരിച്ചിട്ടില്ലായെന്ന് അയാൾക്ക് പോലും തോന്നിപ്പോയി.... അതിന്റെ ആഘാതത്തിൽ കാറ്റുപിടിച്ച പോലെ സദാശിവൻ ആടി.

മഞ്ഞക്കൂമ്പാളപോലെ വിളറിയ സദാശിവന്റെ മുഖത്തുനോക്കി അയാൾ അലറി "ടാ.... സദാശിവാ.... ന്റെ ഭാഷ ഇനക്കറിയാണ്ടായല്ലേ ടാ.... ഉളുപ്പുണ്ടോടാ.... ഉളുപ്പുണ്ടോടാ ഇനക്ക്?"

"ഓർമ്മയുണ്ടോടാ.... ഇന്റയച്ഛൻ ഗോയിന്ദേട്ടനും എന്റെയച്ഛനും കൂടി ഒളിവിൽ കഴിഞ്ഞപ്പോ ഓരിക്ക് കഞ്ഞിവെള്ളോം വറ്റും കൊടുക്കാൻ പോയിരുന്നത് മ്മള് രണ്ടാളും അല്ലേനോ?"

അവരൊളിച്ചിരുന്ന പൊരേലേക്ക് മ്മള് പഴഞ്ചോറ് കൊണ്ട് ഓടീത് ഇഞ്ഞ് മറന്നിന്....? ചണോൻ മെഴുകിയ കോലായില് കവച്ചിരുന്നിട്ട്, അക്കുത്തിക്കുത്താനവരമ്പത്തെന്ന് പാടി കളിച്ചത്, അടയാളവാക്യം കേട്ട് വാതിൽ തുറന്ന് ഓര് രണ്ടാളും ഒറ്റപാത്രത്തീന്ന് പഴങ്കഞ്ഞി കോരിക്കുടിച്ചത്.... മ്മളെ ചേർത്തുപിടിച്ച് നെറ്റിയിലുമ്മ തന്ന് പറഞ്ഞു വിട്ടത്, ന്റേം ഇന്റേം കണ്ണില് വിരിഞ്ഞ വെള്ളം ആരും കാണാതെ മ്മള് തൊടച്ച് കളഞ്ഞത്. എല്ലാം ഇഞ്ഞ് ഇത്ര വേഗം മറന്നല്ലോടാ നായേ....

ഓർമ്മയുടെ നനവിൽ അയാൾ കണ്ണുകൾ അമർത്തി തുടച്ചു. ഒരിറ്റു ശ്വാസത്തിനെന്ന വണ്ണം കുരിശുപള്ളിയുടെ അരഭിത്തിയിലെ ഇരുമ്പഴികളിൽ അള്ളിപ്പിടിച്ചു.... ശ്വാസം ആവതും ഉള്ളിലേക്ക് വലിച്ചുകൊണ്ട് തിരിഞ്ഞ് നിന്ന് സദാശിവനെ വിട്ട് അയാൾ നാടിനെ തെറി വാക്കുകൾ കൊണ്ട് മൂടി.

അയാളുടെ ഭാഷ ആളുകൾക്ക് പിടികിട്ടിയില്ലെങ്കിലും ഏതോ കടുത്ത അസഭ്യമാണ് അയാൾ പറഞ്ഞുകൊണ്ടിരിക്കുന്നതെന്ന് ഇതിനോടകം തന്നെ അവർ മനസ്സിലാക്കിയിരുന്നു.

തെറികൾക്ക് കൃത്യമായ ഭാഷയില്ലെന്നും ഭാഷയില്ലാതെ തന്നെ വിനിമയം ചെയ്യപ്പെടാവുന്ന സ്വതന്ത്രപദങ്ങളാണ് തെറികളെന്നും ഉത്തമനും പരീക്ഷിച്ചറിയുകയായിരുന്നു.

ആൾക്കൂട്ടം ഇതിനകം അസ്വസ്ഥരായി കഴിഞ്ഞിരുന്നു. പെട്ടെന്നങ്ങോട്ടു കുതിച്ചു വന്ന പൊലീസ് ജീപ്പിന്റെ ശബ്ദത്തിൽ ആളുകൾ ചിതറി.... നൊടിയിട കൊണ്ട് പൊലീസുകാർ അയാളെ പൊക്കിയെടുത്ത് വണ്ടിയിലേക്കെറിഞ്ഞു.

പിറ്റേന്നു കാലത്ത് പാർട്ടി സെക്രട്ടറി സദാശിവനും ദിവാകരൻ മാഷും കൂടിയാണ് അയാളെ പൊലീസ്സ്റ്റേഷനിൽനിന്നും വീട്ടിലെത്തിക്കുന്നത്. തലേന്നു വൈകീട്ട് അയാളിൽനിന്നും കേട്ട തെറിയുടെ പുളിപ്പ് സദാശിവനിൽനിന്നും ഇനിയും മാറാത്തതിനാൽ അവർ വേഗം തന്നെ മടങ്ങി.

സുശീല താങ്ങിയാണ് അയാളെ ചാരുപടിയിലേക്ക് ഇരുത്തിയത്.... അയാളുടെ ഇരുചെവികളിലും ചോരകല്ലിച്ച് കിടന്നു. കണ്ണുകൾ വീർത്ത് പോളകെട്ടിയിരുന്നു.

കടവായിൽനിന്ന് ഒലിച്ചിറങ്ങിയ ഉമിനീര് ചുവന്ന വരയിട്ടുകൊണ്ട് താഴേക്കുറ്റി. പനിപിടിച്ചപോലെ അയാളുടെ ശരീരം വെട്ടി വിറയ്ക്കാൻ തുടങ്ങി. സുശീല അയാളെ ചേർത്തുപിടിച്ചു, മടിയിലേക്ക് കിടത്തി.

അപ്പോഴയാൾ ഒരു സ്വപ്നത്തിന്റെ തിരശ്ശീലയ്ക്കുള്ളിലേക്ക് കയറുകയായിരുന്നു. മൂന്നുദിവസം മുമ്പ് നിർത്തിയ അതേസ്ഥാനത്ത് നിന്നാണ് സ്വപ്നത്തിന്റെ തിരശ്ശീല പൊങ്ങിയത്.

കഴിഞ്ഞ സ്വപ്നത്തിൽ അയാൾ കുതിച്ചു കടന്ന അതിർവരമ്പിനിരുപുറമുള്ളവർ രണ്ടു കബഡി ടീമുകളായി മാറിയിരുന്നു.

എതിർ ടീമിലെ ദിവാകരൻ മാഷിനെയും വാസുദേവനെയും സദാശിവനേയും നോക്കി കബഡി.... കബഡി.... കബഡി എന്ന് ദ്രുതതാളത്തിൽ ചൊല്ലി ഉത്തമൻ മുന്നേറി.

ആരെയെങ്കിലും തൊട്ട് പിന്മാറാനുള്ള അയാളുടെ ശ്രമം വിജയം കണ്ടില്ല. പെട്ടെന്നാണൊരാൾ കമിഴ്ന്നു വീണ് കാലുപിടിച്ച് വലിച്ചത്. അയാൾ വെട്ടിയിട്ടപോലെ നിലത്തു വീണു.

കൂടിനിന്നവർ അയാളെ പൊക്കിയെടുത്ത് നിലത്തേക്ക് അമർത്തി.... എന്നിട്ടും ഉത്തമൻ കബഡി പറച്ചിൽ നിർത്താത്തത് അവരെ അരിശം കൊള്ളിച്ചു. കൂട്ടത്തിലൊരുവൻ അയാളുടെ നെഞ്ചത്ത് കയറിയിരുന്ന് കഴുത്തിൽ അമർത്തിപ്പിടിച്ചു.

ഉത്തമന്റെ കബഡി പറച്ചിലിനിടയിലെ ദൂരം കൂടി കൂടി വന്നു. ഏതൊക്കെയോ വഴുവഴുത്ത പ്രതലങ്ങളിൽ തട്ടിയെന്ന പോലെ അക്ഷരങ്ങൾ തെന്നി വീണു.

ഒരു ചുമ നെഞ്ചിന്റെ കൂടുപൊട്ടിച്ച് കഫക്കഷണത്തോടൊപ്പം പുറത്തേക്ക് ചാടി. വില്ലു കുലച്ച പോലെ അയാളുടെ ശരീരം വളഞ്ഞുയർന്നു. അയാളെ നെഞ്ചോടു ചേർത്തു സുശീല അലറിക്കരഞ്ഞു.

# അതിജീവനം

സുമോഹന്റെ ബൈക്ക് തുറന്ന ഗേറ്റിലൂടെ റോഡിലേക്കിറങ്ങുന്നതു കണ്ടാണ് അവൾ വാതിലടച്ചത്.... മുകളിലത്തെ കുറ്റിയിടുമ്പോൾ വിരൽ ചലനത്തിനനുസരിച്ച് ഒരു ചൂളം വിളി അവളുടെ ചുണ്ടുവിട്ട് പറന്ന് മുകളിൽ കറങ്ങുന്ന ഫാനിന്റെ കാറ്റിനൊപ്പം എയർഹോളിലൂടെ പുറത്തേക്കുപോയി.... തുടർന്ന് അവൾ സുമോഹൻ അഴിച്ചിട്ടുപോയ കൈലിയെടുത്തുടുത്തു.... നൈറ്റി വലിച്ചൂരി സുമോഹനനിട്ട ടീ ഷർട്ടുമണിഞ്ഞു....

സെറ്റിയിൽ കിടന്നിരുന്ന പത്രമെടുത്ത് കാലുകൾ രണ്ടും അകത്തിവെച്ച് സാങ്കല്പിക വൃക്ഷ്ണത്തിന്റെ തൊലിപ്പുറമൊന്ന് ഞെരടി അടുക്കളയിലേക്കൊരു നോട്ടം അയക്കുന്നതോടെ അവൾ സുമോഹനാവുകയായി. ഇത്തരമൊരു പരകായപ്രവേശം തുടങ്ങിയിട്ടിത് കൃത്യമായും ആറ് ദിവസമാകുന്നു....

തലേദിവസമേ അയാളറിയാതെ സിഗരറ്റ്പായ്ക്കറ്റിൽനിന്നും മോഷ്ടിച്ചെടുത്ത സിഗരറ്റ് അവളുടെ ചുണ്ടുകൾക്കുള്ളിലിരുന്ന് എരിഞ്ഞു.... നീണ്ട ആറു ദിവസത്തിന്റെ പരിശീലനത്തിനിടയിൽ നേടിയ ചുണ്ടു കൂർപ്പിക്കലിന്റെയും അതിനിടയിൽ രൂപപ്പെടുന്ന ചെറുവൃത്തത്തിന്റെയും അനുപാതക്രമത്തിൽ പുറത്തേക്കു പറന്ന പുകവളയങ്ങൾ പരസ്പരം കെട്ടുപിണഞ്ഞ് വായുവിൽ ലയിച്ച് ചേർന്നു. പത്രവായന പാതിവഴിയിൽ നിർത്തി മൊബൈൽഫോണിന്റെ പ്രതലത്തിൽ ഒരു 'റ' വരച്ച് ഫോൺ നിശ്ശബ്ദം തുറന്നു.

ഒരാഴ്ചയ്ക്കു മുമ്പേ അവൾ ഫേസ്ബുക്കിൽ ഒരു ഫേയ്ക്ക് അക്കൗണ്ട് തുറന്ന് സുന്ദരമായൊരു പുരുഷമുഖം തന്റെ ഫേസ്ബുക്ക് പ്രൊഫൈലായി തെരഞ്ഞെടുക്കുകയും ഒട്ടനവധി ലൈക്കുകൾ വാങ്ങിക്കൂട്ടുകയും ചെയ്തിരുന്നു.... ക്യൂട്ട്, സൂപ്പർ, ഹാൻസം തുടങ്ങിയ വഴുവ

ഴുപ്പുള്ള കമന്റുകളാൽ പ്രൊഫൈൽ ചിത്രം അലങ്കരിക്കപ്പെട്ടിരിക്കുന്നത് അവൾ ഒരു ചിരിയോടെ നോക്കി.

മെസഞ്ചറിൽ സൂസന്റെ സന്ദേശം വന്നു കിടക്കുന്നുണ്ടായിരിക്കുമെന്ന് അവൾക്കുറപ്പായിരുന്നു.... ഇക്കഴിഞ്ഞ ആറു ദിവസത്തിനുള്ളിലുടലെടുത്ത ബന്ധം സൗഹൃദത്തിന്റെ അതിരുകളും കടന്ന് ഒരു മാംസനിബിഢരാഗത്തിന്റെ വക്കിലെത്തിയിരിക്കുന്നു. ഒരിക്കലെങ്കിലും നിങ്ങളുടെയാ ശബ്ദമൊന്നു കേൾപ്പിച്ചു തരുമോയെന്ന് മെസഞ്ചറിലൂടെ സൂസൻ കെഞ്ചുകയുണ്ടായി.... സൂസനെ അത്തരമൊരു വരമ്പിലെത്തിക്കാനിടയാക്കിയ ചാറ്റിങ്ങിനിടയിലൂടെ അവളൊരിക്കൽക്കൂടി കണ്ണോടിച്ചു.

"അതേയ്...." MAY15 AT 10. 43'AM

"എന്തോന്ന്?" MAY15 AT 10. 53AM

"സുഖം" MAY15 AT 10. 53AM

"എന്തു ചെയ്യുന്നു?" MAY15 AT 11. 03AM

"ഇപ്പഴോ?" MAY15 AT 11. 03AM

"എപ്പഴും?" MAY15 AT 11. 04AM

"ബിസിനസ്" MAY15 AT 11. 05AM

"നിങ്ങളോ?" MAY15 AT 11. 07AM

"ഹൗസ് വൈഫ്" MAY15 AT 11. 14AM

"വീടിന് പുറത്തു വൈഫല്ല....?" MAY15 AT 11. 15AM

"അതിഷ്ടപ്പെട്ടു" MAY15 AT 11. 24AM

"കൂയ്...." MAY16AT 11. 06AM

"കുറുക്കനാന്നോ....?" MAY16AT 11. 16AM

"ചിലപ്പോഴൊക്കെ...." MAY16AT 11. 17AM

"കോഴിയെ മാത്രമേ മോഷ്ടിക്കുകയുള്ളോ....?" MAY16AT 11. 27AM

"ചിലപ്പോൾ ഹൗസ് വൈഫുമാരേം...." MAY16AT 11. 29AM

"അമ്പടാ കൊള്ളാല്ലോ.... എന്നാലൊന്ന് മോഷ്ടിക്ക്...." MAY16AT 11. 24AM.

"ഹ.... ഹ.... ഹ...." MAY16AT 11. 26AM

"എന്തായൊരു ഹ.... ഹ.... ഹ...." MAY16AT 11. 33AM

"ഉഭയസമ്മതപ്രകാരമുള്ള കൊടുക്കൽ വാങ്ങലുകൾ മോഷണത്തിൽപ്പെടില്ല...." MAY16AT 12. 35PM

"ഉവ്വേ സമ്മതിച്ചേ.... സുല്ല് സുല്ല്...." MAY16AT 1. 23PM

"സാറിന്റെ കുറുക്കത്തിയെന്നാ ചെയ്യുന്നു....?" MAY17 AT11. 03AM

"ഇൻകം ടാക്സില് എസ്. എസ്...." MAY17 AT 12. 09PM

"അപ്പം നല്ല വരവായിരിക്കുവല്ല്യോ....?" MAY17 AT 12. 11PM

"ങാ.... സ്ഥാവരമായും ജംഗമമായും ചിലതൊക്കെ...." MAY17 AT 12. 14PM

"കുട്ടിക്കുറുക്കൻമാരെത്ര....?" MAY 17 AT 1. 32PM

“ആണായും പെണ്ണായും ഒരു കുഞ്ഞിക്കുറുക്കൻ.... ഫോർത്തില്....” MAY17 AT 1. 33PM

“എന്നായൊന്നില് നിർത്തിയേ.... കുറുക്കത്തിക്ക് തിരുവയറൊഴിയാൻ മടിയാന്നോ.?” MAY17 AT 2. 05PM.

“നാലഞ്ച് വർഷം പുറത്തായിരുന്നേ.... കുവൈത്തില്....” MAY17 AT 2. 07PM

“ഇനി പോന്നില്ലേ....?” MAY17 AT 2. 10PM

“എന്നാത്തിന് .... പെണ്ണുമ്പിള്ളേം കെട്ടിപ്പിടിച്ച് ശേഷകാലം കഴിയാന്ന് വെച്ചു....” MAY17 AT 2. 12PM

“പെണ്ണുമ്പിള്ളേത്തന്നെ കെട്ടിപ്പിടിക്കണോന്ന് നിർബ്ബന്ധമുണ്ടോ.?” MAY17 AT 2. 43PM

“മിടുക്കിയാന്നല്ലോ....” MAY 17 AT 2. 43PM

“മിടുക്കിയാന്നാ തോമസച്ചായനും പറഞ്ഞേ....” MAY 17 AT 2. 49PM

“അതാരായീ തോമസച്ചായൻ....?” MAY 17 AT 2. 51PM

“എന്റെ സ്വന്തം കുറുക്കൻ.... ഫോറസ്റ്റില്.... റേഞ്ചറാ....” MAY17 AT 2. 57PM

“അപ്പോ വല്ല്യ പുള്ളിയാല്ലെ....?” MAY17 AT 2. 58PM

“യെവിടെ....? എന്റെയടുത്ത് എലിയാ....” MAY17 AT 3. 03PM

“കോഴിക്കോട് പ്രോപ്പറെവിടാ....?” MAY 18AT 10. 40 AM

“കൂരാച്ചുണ്ട്....” MAY 18AT 10. 42AM

“കുടിയേറ്റ മേഖലയാന്നോ....?” MAY 18AT 10. 43AM.

“ആന്നേ.... എറണാകുളത്തെവിടാ....?” MAY 18AT 10. 45AM

“കലൂര്....” MAY 18AT 11. 00 AM

“ഇന്നലെ ഫേസ്ബുക്കിലിട്ട ഫോട്ടോ പൊളിച്ചു.... എന്തോരം ലൈക്കാ....” MAY 18AT 2. 02PM

“ഫേസ്ബുക്കിലെ ഫോട്ടോന്ന് ചന്ദനം മണക്കുന്നെന്നാ തോമസിച്ചായൻ പറഞ്ഞേ....” MAY 18AT 2. 12PM

“ചന്ദനോ....?” MAY 18AT 2. 12PM

“ആന്നേയ്.... കാട്ടിലല്ലിയോ പാവം തോമസിച്ചായൻ.... തോമസിച്ചായന് ഇങ്ങനത്തെ ഉപമയൊക്കെയേ വരൂ....” MAY 18AT 2. 17PM

“ഹ.... ഹ.... നന്നായി.” MAY 18AT 2. 20PM....

“ചിലപ്പോളെന്റെ കക്ഷത്തിൽ മൂക്ക് ചേർത്തിട്ട് ഇച്ചായൻ പറയും കാട്ടില് അകില് കത്തുന്നൂന്ന്....” MAY 18AT 2. 22PM

“ഊശ്....” MAY 18 AT 2. 22PM

“എന്തോന്നുരൂശ്....?” MAY 18 AT 2. 24PM

“സന്ദർഭത്തിനൊത്ത പശ്ചാത്തല സംഗീതം....” MAY 18 AT 2. 26PM

“കവിയാല്ലേ....?” MAY 18 AT 2. 27PM.

“ചില നേരങ്ങളിൽ മാത്രം....” MAY 18AT 2. 29PM

“ആ കട്ടിയുള്ള മീശയാന്നേ എനിക്കിഷ്ടപ്പെട്ടെ....” MAY19 AT 10. 30AM

“അപ്പോൾ സമ്മതിച്ചു....” MAY19 AT 11. 12AM

“എന്തോന്ന്....?” MAY19 AT 11. 13AM

“മോഷണം നടന്നൂന്ന്” MAY19 AT 11. 18AM

“ഹി.... ഹി.... ഹി....” MAY19 AT 12. 00PM

“കുപ്പിവളക്കിലുക്കം....” MAY 19AT 12. 24PM

“ദാണ്ടേ പിന്നേം കവി.... എനിയ്ക്കൊരു പൂതീണ്ട്....” MAY 19AT 1. 18PM

“എന്നതാ....” MAY 19AT 1. 19PM

“ആ ഒച്ചയൊന്ന് കേൾക്കാൻ....” MAY 19AT 1. 21PM

“സമയമായില്ല....” MAY 19AT 1. 24PM

“ക്ഷമയെന്റെ ഹൃദയത്തിലൊഴിഞ്ഞു തോഴാ.... പ്ലീസ്....” MAY 19AT 1. 27 PM

വൈകിട്ട് വിവേകിന്റെ സ്കൂൾ ബസെത്തും വരെ അവൾ മുണ്ടും മടക്കിക്കുത്തി വീടിന്നകത്തലഞ്ഞു.... ബാത്ത്റൂമിലെ യൂറോപ്യൻ ക്ലോസറ്റിന്റെ മുകളിലിരുന്ന് കാലുകൾ പരമാവധി അകത്തി അധോവായുവിട്ട് ക്ലോസറ്റിലെ സംഭരണജലത്തെ കമ്പനം കൊള്ളിച്ച് ആദിതാളമുയർത്തി.

ഗ്യാസ് സ്റ്റൗവ് കത്തിക്കുമ്പോഴും അടുപ്പിലേക്ക് വിറക് തിരുകുമ്പോഴും കാല് മേശപ്പുറത്തോ അടുപ്പിൻത്തിണ്ണയിലോ കയറ്റിവെച്ച് പിൻഭാഗത്തെവിടെയെങ്കിലും അലസമായി ചൊറിയുകയും ചെയ്തു.... ആളനക്കമില്ലെന്ന് കരുതി ജനലഴിയിലൂടെ അടുക്കളയിലേക്ക് ചാടിയ കണ്ടൻപ്പൂച്ചയുടെ മുഖത്തുനോക്കി എന്താടാ നായിന്റെ മോനെയെന്നു വിളിച്ചു. അപരിചിത സംബോധയുടെ അയുക്തിയിൽ തലകുടഞ്ഞ് കണ്ടൻപൂച്ച ജനലഴിയിലൂടെത്തന്നെ പുറത്തേക്ക് ചാടി....

ഉച്ചയ്ക്ക് ഭക്ഷണത്തിന് ശേഷം സിഗരറ്റെടുത്ത് അടുപ്പിലെ തീക്കൊള്ളിക്കൊണ്ടു മാത്രം കത്തിച്ചു. കനൽ പാറിവന്ന് മീശത്തുമ്പ് കരിയാതിരിക്കാൻ ചാർളി ചാപ്ലിന്റെ മുഖചലനങ്ങൾ കടം കൊണ്ടു. വിവേകിന്റെ വിരലുകൾ ഗേറ്റിൽ അമരുന്നതിനു മുമ്പേ സുമോഹന്റെ ടീഷർട്ടും കൈലിയും വലിച്ചെറിഞ്ഞ് നൈറ്റിയിലേക്ക് അവൾ നൂണ്ടുകയറി.... വേഗത്തിൽ വായ് ബ്രഷ് ചെയ്ത് പലവട്ടം കുലുക്കുഴിഞ്ഞ് മുഖത്തിന് നേരെ നീട്ടിയ ഉള്ളം കൈക്കുള്ളിലേക്ക് കാറ്റൂതി സിഗററ്റിന്റെ ഗന്ധം പോയിട്ടുണ്ടോയെന്ന് നോക്കി. എന്നിട്ടും തൃപ്തി വരാഞ്ഞ് അടുക്കളയിലേക്കോടി മൂന്നാല് ഏലത്തരിയും ജീരകവും വായിലിട്ടരച്ച് വാതിൽ തുറക്കുന്നതോടെ വിവേക് മുന്നിൽ ഹാജരായിട്ടുണ്ടാവും.

അന്നും രാത്രി വിവേക് ഉറങ്ങാൻ പോകുന്നതിന് മുമ്പ് അവളുടെ കവിളിൽ ഉമ്മയുതിർത്തു.... “ഈയിടെയായിട്ട് അമ്മയ്ക്ക് അച്ഛന്റെ മണമാണ്....” തിരിഞ്ഞു നടക്കുന്നതിനിടയിൽ വിവേക് പറഞ്ഞു....

കട്ടിലിലെ തിരിഞ്ഞു മറിഞ്ഞുള്ള കിടത്തത്തിനിടയിൽ അവൾ പലവുരു അയാളെ നോക്കി.... നോക്കിനോക്കിയിരിക്കെ ഉറക്കം വന്ന് അവളെയൊരു സ്വപ്നത്തിലേക്ക് കൂട്ടിക്കൊണ്ടുപോയി.... സുമോഹനപ്പോഴും മൊബൈലിൽത്തന്നെയായിരുന്നു....

മുന്നിലുയർന്ന പുകയുടെ ഗന്ധത്തിൽനിന്നും താനൊരു യുദ്ധമുഖത്താണെന്ന് തിരിച്ചറിയാൻ അവൾക്കധികം സമയം വേണ്ടിവന്നില്ല.... മുന്നിലെ പുകയൊന്നടങ്ങിയപ്പോൾ ആജാനുബാഹുവായൊരു പട്ടാളക്കാരൻ തന്റെ മാറിലേക്ക് ഉന്നം പിടിച്ച് തോക്കു ചൂണ്ടി നില്ക്കുന്നതാണവൾ കണ്ടത്.... ഇത്തരമൊരു കാഴ്ച തന്നെ ഭയപ്പെടുത്താത്തതെന്തേയെന്നവൾ അത്ഭുതത്തോടെ ചിന്തിച്ചു. പട്ടാളക്കാരന്റെ വിരൽ ട്രിഗറിലേക്ക് നീങ്ങുന്നതവൾ കണ്ടതാണ്.... കാതടപ്പിക്കുന്നൊരു വെടിയൊച്ചയ്ക്കിടയിൽ തന്റെ അടിവയറ്റിന്റെ കീഴ്ഭാഗത്ത് അമർത്തിപ്പിടിച്ച് ഒരു നിലവിളിയോടെ അയാൾ താഴേക്കുരുളുന്നതാണവൾ തുടർന്ന് കാണുന്നത്....

തന്റെ ജീവൻ രക്ഷിച്ച വെടിയുതിർന്നതെവിടെ നിന്നാണ്.... അവൾ ചുറ്റിലും നോക്കി.... അപ്പോഴാണ് തന്റെ അരക്കെട്ടിന്റെ നടുഭാഗത്തുനിന്നും ഉയരുന്ന വെടിപ്പുക അവളുടെ ശ്രദ്ധയിൽപ്പെടുന്നത്. യോനിഭാഗത്തുനിന്നും മുളച്ചു വന്നൊരു ലിംഗാഗ്രത്തിൽനിന്നുയർന്ന വെടിയുണ്ടയാണ് പട്ടാളക്കാരന്റെ അരക്കെട്ട് തകർത്തുകളഞ്ഞതെന്ന് അവൾക്ക് മനസ്സിലായി....

അവൾ തന്റെ തുടകൾക്കിടയിൽ ലോഹക്കുഴൽ പോലെ ജ്വലിച്ചു നിന്ന ലിംഗാഗ്രത്തിൽ അരുമയായ് തഴുകി. അവളുടെ സ്പർശത്തിൽ ശാന്തനായി ലിംഗം ഉള്ളിലേക്ക് വലിഞ്ഞു. അതിന്റെ ചലനം പുറന്തോടിനുള്ളിലേക്ക് ഉൾവലിയുന്ന ആമക്കഴുത്തിനെ ഓർമ്മിപ്പിച്ചു. ഉൾവലിഞ്ഞ മാംസക്കുഴൽ അവശേഷിപ്പിച്ച വെടിമരുന്നിന്റെ ഗന്ധത്തിൽ അവളുടെ നാസികത്തുമ്പുണർന്നു.... മേൽച്ചുണ്ടുകൊണ്ട് വെടിമരുന്ന് ഗന്ധത്തെ തടുത്തു നിർത്താനുള്ള വിഫലശ്രമത്തിൽ അവൾ ഉറക്കം വിട്ടുണർന്നു....

അരികിൽ സുമോഹൻ ഉറക്കം പിടിച്ചിരുന്നു.... കിടന്നുകൊണ്ടുതന്നെ അവൾ കൈ നീട്ടി മൊബൈലെടുത്ത് മെസഞ്ചർ തുറന്നു.... സൂസൻ ഒരു മണിക്കൂർ മുമ്പേ വന്നു പോയിരിക്കുന്നു.... അന്ന് രാവിലെ മുതൽ സുമോഹൻ ജോലികഴിഞ്ഞെത്തും വരെ അവർക്കിടയിലൂടെ പറന്ന പഞ്ചവർണ്ണക്കിളികളെ അവൾ ഒന്നു കൂടി നോക്കി.

“അല്ല സൂസൻ തന്റെയെല്ലാ ഫോട്ടോക്കും ഇടിച്ചു കയറി കമന്റടിക്കുന്ന ഒരുത്തനില്ലയോ....?” MAY 20 AT10. 05AM

“ആര്....?” MAY 20 AT 10. 06AM

“ഒരു സുമോഹൻ....?” MAY 20 AT 10. 07AM

“ഓ സുമോഹൻ.... ഫ്രണ്ടാണോ....?” MAY 20 AT 10. 14AM

“അല്ല. എപ്പഴും ആ പേര് കാണുന്നോണ്ട് ചോദിക്കുവാ....” MAY 20 AT 10.16AM

“അവനും ഇതേ പോലെ ചാറ്റിങ് തുടങ്ങീതാ....” MAY 20 AT 11.

08 AM

"ചാറ്റിങ് ചീറ്റിങ്ങായോ.?" MAY 20 AT 11. 10AM

"അത്ര ദൂരത്തൂന്നും അവന് അകില് കത്തി മണക്കുന്നൂന്ന്...." MAY 20 AT 11. 24AM

"അയാളും കാട്ടിലാന്നോ....?" MAY 20 AT 12. 00PM.

"അയാളുടെ ഭാര്യ ഒരു നനഞ്ഞ കാട്ടുകോഴിയാത്രേ കിടക്കേല്...." MAY 20 AT 12. 50 PM

"ആട്ടെ ഇച്ചായനെങ്ങനെയാ....?" MAY20 AT 1.02 PM.

"കാട്ടിലെ മണമുള്ള മരങ്ങളുടെയും ചെടികളുടെയും പേരു പറഞ്ഞുപറഞ്ഞ് നനഞ്ഞും ഉണങ്ങിയും ഇച്ചായൻ മൂന്ന് കുട്ടികളെ തന്നു...." MAY 20 AT 1. 23 PM

അവൾ മെയ് 20 ലെ 12. 50 ന്റെ നനഞ്ഞ കോഴിയിൽ വിരലമർത്തി. ഉയർന്നുവന്ന ഡിലിറ്റിൽ അമർത്തി തൊട്ടു. കിടക്കയിൽ ശേഷിച്ച നനഞ്ഞ കോഴി കൊക്കുരുമ്മി തൂവലുകൾക്കിടയിലെ നനവ് ഉണക്കി. അവൾ തന്റെ ചിറകുകൾകൊണ്ട് അയാളെ പൊതിഞ്ഞു.... നാഭിയ്ക്ക് താഴെ തുടകൾക്ക് ഇടയിൽനിന്നും ഒരു മുഴുപ്പിന്റെ മുകുളം പൊട്ടിവിരിഞ്ഞതായി അവൾക്ക് തോന്നി.... അത് ഓരോ നിമിഷം കഴിയുന്തോറും ജ്വലിച്ചുയർന്ന് വിടവുകൾ തേടി.... അതേ സമയത്ത് തന്നെ തന്റെ മാറിടങ്ങളിലെ മുഴുപ്പുകളോരോന്നും ഉള്ളിലേക്ക് വലിയുന്നതായി അവൾക്കനുഭവപ്പെട്ടു.... ഒടുവിൽ ഒരു പീഡനത്തിരയായതുപോലെ അഴിഞ്ഞുലഞ്ഞ് കിടന്ന സുമോഹന്റെ നെഞ്ചിൽനിന്നും ഇറങ്ങാതെ അവൾ തന്റെ ശരീരത്തിൽ ഉറവ പൊട്ടിയ നനവിൽ അയാളുടെ മുഖമിട്ടുരുട്ടി. അപ്പോഴേക്കും അയാളുടെ നാസദ്വാരത്തിലൂടെ അകിലിന്റെ ഗന്ധം ഇരച്ചുകയറിത്തുടങ്ങിയിരുന്നു.

# മാഞ്ഞു പോകുന്ന വരകൾ

“**പോ**ക്കറ് വന്നപ്പോൾ തോക്ക് ഓന്റെ നേരെയായിരുന്നൂന്നുള്ളത് ശരിയാ അതവനെ വെടിവെക്കാനോ പേടിപ്പിക്കാനോ ഒന്നും അല്ലായിരുന്നു.... സത്യം പറഞ്ഞാൽ ഞാൻ തോക്കൊന്നു എണ്ണയൊക്കെയിട്ടൊന്നു മിനുക്കുന്ന സമയത്താ ഓന്റെ വരവ്.” പൊലീസ് സ്റ്റേഷനിലെ മരത്തടി കൊണ്ടുള്ള കസേരയിൽ കുഞ്ഞികൃഷ്ണൻ നമ്പ്യാർ ഒന്നിളകിയിരുന്നു.

“എന്നോടുള്ള മുൻ വൈരാഗ്യംകൊണ്ട് ഓനങ്ങനെ തോന്നിയതാ സാറേ, പിന്നെ സാറൊന്നോർക്കണം ഇപ്പോഴും ഓനെപ്പോലൊരുത്തനെ വകവരുത്തണേല് എനിക്ക് തോക്കൊന്നും വേണ്ടാന്ന്. ഈ കൈ തന്നെ ധാരാളം.”

എസ് ഐ തന്റെ കണ്ണടവട്ടത്തിനുള്ളിലൂടെ കൈത്തലം ഉയർത്തി പിടിച്ചിരിക്കുന്ന അയാളെ ചുഴിഞ്ഞു നോക്കി. ഒരെൺപത്തഞ്ചു വയസ്സു വരും.... നല്ല കരിവീട്ടിയുടെ കറുപ്പ്.... മുന്നോട്ടല്പം വളവുണ്ടെങ്കിലും അതും അയാൾക്ക് കരുത്ത് നല്കുന്നുണ്ടെന്ന് തോന്നും. പുരികം രണ്ടും നരച്ചു കൂടിച്ചേർന്നൊഴുകുന്നു.

അതിർത്തിത്തർക്കം സംസാരിക്കാൻ ചെന്ന പോക്കറിന് നേരെ കുഞ്ഞികൃഷ്ണൻ നമ്പ്യാർ തോക്കു ചൂണ്ടി എന്നതാണ് കേസ്.

“അല്ല നമ്പ്യാരെ നിങ്ങളെപ്പോലെയുള്ളോരു പട്ടാളക്കാരൻ ഇങ്ങനെ ഒരു പറമ്പിന്റെ അതിരിന്റെ പേരില് അയൽപക്കവുമായിട്ട് കലമ്പിയാലോ....”

“രാജ്യത്തിന്റെ അതിര് കാത്തോന് സ്വന്തം പറമ്പിന്റെ അതിര് കാക്കാൻ കഴിഞ്ഞില്ലെങ്കിൽ അതിലും വലിയ നാണക്കേട് പിന്നെന്താ ഉള്ളതെന്റെ സാറേ....”

“സാറേ.... സാറിനൊന്ന് കേൾക്കണോ കഴിഞ്ഞാഴ്ചേലൊരീസം

ഓനെന്റ പറമ്പിന്റെ അതിരില് നില്ക്കായിരുന്നു.... ഇഞ്ഞെന്താ പോക്കറേ രണ്ടു തോണീലും കാല് വെച്ചേന്റൂട്ട് നില്ക്കുന്നേന്ന് വെറുങ്ങനെ ചോദിച്ചതേയുള്ളൂ.... ഓനപ്പോം എന്നെ നോക്കിയ ഒരു നോട്ടോണ്ട്.... എന്റെ സാറേ ഇതുവരേം ഒരു പാകിസ്ഥാനി പോലും എന്നെയങ്ങനെ നോക്കീറ്റില്ല...."

"ഏതായാലും നമ്പ്യാരേ ഇനിയങ്ങനെയൊന്നും ഉണ്ടാവരുത്.... ഇതിപ്പോ പഞ്ചായത്ത് പ്രസിഡന്റ് വിളിച്ചു പറഞ്ഞതോണ്ട് തോക്ക് തന്നു വിടുകയാ. പോക്കറിനെ ഞാൻ വിളിപ്പിക്കുന്നുണ്ട്. അന്നേരം നമ്പ്യാരൊന്നൂടി വരേണ്ടിവരും."

കോൺസ്റ്റബിൾ തോക്കെടുത്ത് നീട്ടിയപ്പോൾ നമ്പ്യാരത് ആവേശത്തോടെ പിടിച്ചു വാങ്ങി. വളരെയേറെ ഉൽക്കണ്ഠയോടെ തോക്ക് തിരിച്ചും മറിച്ചും നോക്കി. ഏറെ നാളുകൾക്കുശേഷം കളഞ്ഞുപോയൊരു സാധനം തിരിച്ചുകിട്ടിയതുപോലുള്ള ഒരു സന്തോഷം നമ്പ്യാരുടെ മുഖത്തു വിരിയുന്നത് എസ് ഐ അതിശയത്തോടെ നോക്കി.

ഇനിയവിടെ നിന്നാൽ ഇനിയും തോക്ക് തിരിച്ചു വാങ്ങിയേക്കുമെന്ന് ഭയന്നെന്നപോലെ നമ്പ്യാർ പെട്ടെന്നു തന്നെ എഴുന്നേറ്റു. കൈയും വീശി അയാൾ സ്റ്റേഷന്റെ പടവുകളിറങ്ങുമ്പോൾ തോക്ക് തന്റെ ശരീരത്തോട് ചേർത്തു വെച്ചിരുന്നു. അത് അയാളുടെ കൈകാലുകൾ പോലെ അയാളുടെ ശരീരത്തിലെ മറ്റൊരവയവമായി എസ് ഐയ്ക്ക് തോന്നി.

അങ്ങാടിയിൽ വന്നിറങ്ങിയ നമ്പ്യാർ ചുറ്റിലുമൊന്നു നോക്കി.... പിന്നെ തോക്ക് ഇടതുകൈ കൊണ്ട് താഴ്ത്തി നെഞ്ചോടു ചേർത്തു പിടിച്ചു. ശ്വാസം ഉള്ളിലോട്ടാഞ്ഞു വലിച്ചു. ആ ശ്വാസമെടുപ്പ് കാലം അയാളുടെ പുറത്തുണ്ടാക്കിയ കൂന് അപ്രത്യക്ഷമാക്കി. പിന്നെ വലതു കൈ മുന്നോട്ടാഞ്ഞു വീശി ചുവടുകൾ വെച്ചു.

അയാളപ്പോൾ യുദ്ധസന്നദ്ധനായി സിയാച്ചിൻ മലയിടുക്കുകൾക്കിടയിലൂടെ പൊടി പറത്തിക്കൊണ്ട് റൂട്ട് മാർച്ച് നടത്തുകയായിരുന്നു.... ജാഗ്രത്തായ ആ കണ്ണുകൾ പീടികയ്ക്കുള്ളിലിരിക്കുന്നവരെ സംശയത്തോടെ നോക്കി. കണാരന്റെ ചായപ്പീടികയുടെ മുന്നിൽ ആ റൂട്ട് മാർച്ച് അല്പനേരം നിന്നു. തന്റെ പീടികയിലേക്ക് നമ്പ്യാരിപ്പോൾ കയറുമെന്നു കരുതി കണാരൻ സമാവർ ഒന്നുകൂടി ചൂടാക്കി.

കണാരന്റെ കടയിലെ നിത്യസന്ദർശകനാണ് നമ്പ്യാര്. എന്നും രാവിലെ കണാരന്റെ ചായപ്പീടികേലേക്ക് കയറിച്ചെന്ന് ഒരു പൊടിച്ചായയ്ക്ക് പറയും. കണാരൻ ഒരു മിനിറ്റിനകം കുഞ്ഞികൃഷ്ണൻ നമ്പ്യാരുടെ മുന്നിൽ കടുപ്പത്തിലുള്ള ചായ കൊണ്ടുവെക്കും. ചൂടോടെ ഒരു കവിളൊന്നു മോന്തി, ഒരു കൈയില് പഞ്ചാരേം കൂടിയിടെന്റെ കണാരാന്ന് നമ്പ്യാര് പറയും....

കുഞ്ഞികൃഷ്ണൻ നമ്പ്യാര് പട്ടാളത്തിൽനിന്നും പിരിഞ്ഞു വന്നിട്ട് മുപ്പത്തിയഞ്ചു കൊല്ലമാവുന്നു. ആ മുപ്പത്തിയഞ്ചു കൊല്ലവും പതിവായി അയാൾ കണാരന്റെ ചായ മോന്തുന്നു. അപ്പോഴൊക്കെ ഒരു കൈയില്

പഞ്ചാരേം കൂടിയിടെന്റെ കണാരാന്ന് കുഞ്ഞികൃഷ്ണൻ നമ്പ്യാരാവർത്തിക്കും.

ആദ്യമൊക്കെ കുഞ്ഞികൃഷ്ണൻ നമ്പ്യാരെക്കൊണ്ട് അങ്ങനെ പറയിക്കാത്ത വിധത്തിൽ ചായയിൽ മധുരം ചേർക്കുമായിരുന്നു കണാരൻ. എന്നാൽ പഞ്ചസാര എത്ര ചേർത്താലും നമ്പ്യാരങ്ങനെത്തന്നെയേ പറയൂ എന്നറിഞ്ഞ് കണാരൻ പിൻമാറി. ആളുകളുടെ മനമറിഞ്ഞ് ചായ പാരുന്നവനാണ് ഈ കണാരൻ എന്ന തന്റെ അഹന്തയ്ക്കുനേരെയുള്ള ചെറിയൊരടിയാണ് അതെന്ന് കണാരന് പിന്നീട് മനസ്സിലായി.

എന്നാൽ അന്നയാൾ കണാരന്റെ കടയിലേക്ക് കയറാതെ വീട്ടിലേക്ക് മാർച്ച് ചെയ്തു. വീട്ടിലും അയാളുടെ കണ്ണുകൾ അതീവ ജാഗ്രതയോടെ ചുറ്റിലേക്കും വിടർന്നു. മുകൾത്തട്ടിൽനിന്നും ചുമരിലേക്കിറങ്ങിവന്ന ഒരു പല്ലി ഉമ്മറത്തൂടിയുള്ള കുഞ്ഞികൃഷ്ണൻ നമ്പ്യാരുടെ ശീഘ്ര ചലനത്തിൽ നിശ്ചലനായി നിന്നു. രഹസ്യം ചോർത്താൻ ശത്രുസൈന്യം അയച്ച ചാരനാണോ ഇവനെന്ന് അയാൾ സംശയിച്ചു.

പിറ്റേന്ന് നേരം പുലർന്നത് അതിദാരുണമായ ഒരു കൊലപാതക വാർത്തയുമായിട്ടായിരുന്നു. ഡി വൈ എഫ് ഐക്കാരനായ വിനീഷിനെ വെട്ടിയും കുത്തിയും രാത്രിക്കാരോ കൊലപ്പെടുത്തിയിരിക്കുന്നു. വായനശാലയിലെ യോഗവും കഴിഞ്ഞ് ഒറ്റയ്ക്കു വരികയായിരുന്നുവത്രെ.

നല്ലോനേനു ഓൻ.... ഇപ്പഴത്തെ ചെറുപ്പക്കാർക്കുള്ള ഇളക്കങ്ങളൊന്നുമില്ലാത്തൊരുത്തൻ.... കഴിഞ്ഞകൊല്ലാന്ന് ഓൻ തന്നെ നിർബ്ബന്ധിച്ച് വായനശാലയിൽ കൊണ്ടോയത്. പട്ടാള അനുഭവങ്ങൾ കുട്ട്യോളോട് പങ്കുവെയ്ക്കാൻ.... ഓരോന്നോർത്തുകൊണ്ട് നമ്പ്യാര് മുറ്റത്തുകൂടി നടന്നു.

ഉച്ചയാവുമ്പോഴേക്കും മൂന്ന് ശവങ്ങൾ കൂടി വീണിരുന്നു. ഷെരീഫ്, മുകുന്ദൻ, നവാസ്.... ആദ്യം വീണത് ഷെരീഫ്. വിനീഷിന്റെ അളിയൻ യുവമോർച്ചക്കാരനായ കലേഷും കൂട്ടരും ഷെരീഫിന്റെ ഉമ്മയുടെ മുന്നിൽ വെച്ച് ഷെരീഫിനെ വാഴത്തടപോലെ അരിയുമ്പോൾ ഭാരത് മാതാ കീ ജയ് എന്നുറക്കെ വിളിച്ചു. അരമണിക്കൂറിനുള്ളിൽ ഒരു തക്ബീർ വിളിക്കിടയിൽ മുകുന്ദനും വീണു.... പിന്നെയൊടുവിൽ രണ്ടു ദിവസം മുമ്പ് ഗൾഫിൽനിന്നും വന്ന നമ്പിച്ചാണ്ടി നവാസും.

തലേന്ന് കുഞ്ഞികൃഷ്ണൻ നമ്പ്യാർ റൂട്ട് മാർച്ച് നടത്തിയ കരുവണ്ണൂരങ്ങാടിയിലൂടെ എം എസ് പിക്കാർ അന്ന് വൈകുന്നേരം റൂട്ട് മാർച്ച് നടത്തി. വിജനമായ നിരത്തിന്റെ മരവിച്ച നെഞ്ചിൽനിന്നും പൊടിയുയർത്തിക്കൊണ്ട് റൂട്ട് മാർച്ച് മുന്നേറി.

ത്രാസിലെ തൂക്കക്കട്ടി തുല്യം ചാർത്തിയത് ഇഷ്ടപ്പെടാതെ രക്തദാഹികൾ വീടുകൾ പരതി നടന്നു. അർദ്ധരാത്രിയിൽ പോക്കറിന്റെ വീടിന്റെ വാതിലുകൾ മഴുകൊണ്ടുള്ള വെട്ടിൽ വായ്പിളർന്നു.... പോക്കറിനെ വലിച്ചെടുത്ത് ഓഫീസു മുറിയിലേക്ക് തള്ളി അക്രമികൾ വാതിലടയ്ക്കുമ്പോൾ കട്ടിലിൽ പാതി തളർന്നു കിടക്കുന്ന പോക്കറിന്റെ ഉമ്മ നെഞ്ച് കലങ്ങി വിളിച്ചു "എന്റെ ബദരീങ്ങളെ ഇങ്ങള് കാണുന്നില്ലെ

എന്റെ മോൻ പോക്കറിനെ.... ഇങ്ങള് കാണുന്നില്ലേ എന്റെ ബദരീങ്ങളെ... പോക്കറിന്റെ ഉമ്മയുടെ ബദരീങ്ങൾ ഒരു കൊടുങ്കാറ്റുപോലെ പടി കയറി വന്നു. പോക്കറിന്റെ ഉമ്മയുടെ ബദരീങ്ങൾ ഉമ്മയുടെ നെഞ്ചിലേക്കു നില വിളിക്കൊപ്പം വീഴുന്ന മെല്ലിച്ച ഇടംകൈ കണ്ടു, പോക്കറിന്റെ ഭാര്യ ഖദീജയുടെ ഭയച്ചുരുളുകൾക്കിടയിൽ കുരുങ്ങിപ്പോയ ശ്വാസത്തെ കേട്ടു, കുഞ്ഞുങ്ങളുടെ പാതിയിൽ നിലച്ചുപോയ നിലവിളി കണ്ടു,നിലത്തു വീണുകിടക്കുന്ന പോക്കറിന്റെ കൈകൂപ്പൽ കണ്ടു.

ഒരലർച്ചയോടെ ബദരീങ്ങൾ തോക്കുചൂണ്ടി. നേരത്തെ നിശ്ചയിക്കപ്പെട്ടതിൻ പ്രകാരമല്ലാതെ കടന്നുവന്ന തോക്കിൻ മുന്നിൽ അക്രമികൾ പതറി. അവർ ബദരീങ്ങളുടെ ചോരക്കണ്ണുകൾ കണ്ട് ഭയന്നു പുറത്തേക്കു കുതിച്ചു. നിലത്തു വീണുകിടന്ന പോക്കറിനെ അയാൾ പിടിച്ചെഴുന്നേല്പിച്ചു. കൂപ്പുകൈയോടെ എഴുന്നേറ്റു വന്ന പോക്കർ എന്റെ നമ്പ്യാരേ എന്ന നിലവിളിയോടെ അയാളുടെ ദേഹത്തേക്കു വീണു.

# കുറ്റവും ശിക്ഷയും

**വെ**ന്റിലേറ്ററിന്റെ ഇടയിൽ രണ്ടു കണ്ണുകൾ, രോഷ്നി മാഡം അലറി വിളിച്ചു. വാതിൽ തുറന്നു പുറത്തേക്കു കുതിച്ചു.... നിലവിളികേട്ട് ഓടി വന്നവർക്കു മുന്നിൽനിന്ന് കിതച്ചു. കിതപ്പിനിടയിൽ അവൾ പറഞ്ഞൊപ്പിച്ചു, വെന്റിലേറ്ററിനിടയിലൂടെ പാളി വന്ന ആ കണ്ണുകളെക്കുറിച്ച്....

ആരാണ് വെന്റിലേറ്ററിലൂടെ നോക്കിയിട്ടുണ്ടാവുക.... അല്ലെങ്കിൽത്തന്നെ രണ്ടായിരത്തോളം കുട്ടികൾ പഠിക്കുന്ന മൗണ്ട് താബോർ എന്ന ഈ ബോയ്സ് സ്കൂളിൽനിന്നും എങ്ങനെ ആ ഒളിഞ്ഞു നോട്ടക്കാരനെ കണ്ടെത്തും.

“ടീച്ചർ ഒന്നുകൂടി ആലോചിച്ചേ .... മറ്റെന്തെങ്കിലും അടയാളം....” സൂസന്നമാഡം മുന്നോട്ടാഞ്ഞു.

രോഷ്നിമാഡം തന്റെയോർമ്മകളെ റിവേഴ്സ് ഗിയറിലിട്ടു.... ഇരുമുട്ടിലും കൈ താങ്ങി മെല്ലെ നിവർന്ന് ഒരു മൂളിപ്പാട്ടോടെ വലതുകാലെടുത്ത് ഏകദേശം ഒരറുപത് ഡിഗ്രിയിൽ ഇടത്തേക്ക് ചെരിച്ച് വെച്ച്, ഇടതു കാലും അതേ ഡിഗ്രിയിൽ എതിർദിശയിൽ വെച്ച്, അരക്കെട്ടു വരെ കയറ്റി വെച്ചിരിക്കുന്ന സാരി ചുളിവ് നിവർത്തി, മെല്ലെ താഴേക്കിട്ട് അരക്കെട്ടിൽപ്പിടിച്ച് സാരിയിറുക്കമൊന്നുറപ്പു വരുത്തി നോക്കിയപ്പോഴതാ അതിശയം കൂറുന്ന രണ്ടു കണ്ണുകൾ. പിന്നെ.... പിന്നെ.... ഇടതു കണ്ണിനരികിൽ പുരികത്തോടു ചേർന്നൊരു മറുകും.

“അതെ അവന്റെ ഇടതു കണ്ണിന്റെ അരികിൽ ഒരു മറുകുണ്ടായിരുന്നു. ഒരു കറുത്ത മറുക്.” രോഷ്നിമാഡം മന്ത്രിച്ചു. “അല്ല ഒന്നൂടിയൊന്നോർത്തു നോക്കിക്കേ....” സൂസന്നമാഡം ആവേശത്തിലായി....

“ഇല്ല.... മറ്റൊന്നും തന്നെ ഓർക്കാൻ കഴിയുന്നില്ല....” രോഷ്നിമാഡം തലകുടഞ്ഞു....

മതി, മറുകെങ്കിൽ മറുക്.... സൂസന്ന മാഡത്തിന്റെ അന്വേഷണ പരിധിയിലേക്ക് ഒരു പുതിയ കേസുകൂടി രജിസ്റ്റർ ചെയ്തിരിക്കുന്നു. സ്കൂളിലെ കുറ്റാന്വേഷണത്തിന്റെ കുത്തക സൂസന്നമാഡത്തിനാണ്. ലേഡി ഷെർലക് ഹോം എന്നാണ് സഹപ്രവർത്തകർ അവരെ പുകഴ്ത്തി വിളിക്കുക.

സൂസന്നമാഡം വല്ല പൊലീസിലോ കസ്റ്റംസിലോ മറ്റോവാണ് എത്തിച്ചേരേണ്ടിയിരുന്നതെന്ന് ബയോളജി പഠിപ്പിക്കുന്ന കുര്യൻ സാറ് പറയാറുണ്ട്. അത് കേൾക്കുമ്പോൾ സൂസന്നമാഡം വിജൃംഭിതയാകും.

ഈ പെണ്ണുംപിള്ള കഴിഞ്ഞ ജന്മത്തിലൊരു പൊലീസു പട്ടിയായിരുന്നെന്ന് നയൻത് സിയിലെ ആകാശ് പോൾ രഹസ്യമായി പറയും. അത് പറയുമ്പോൾ കടുത്ത രോഷം കൊണ്ടവന്റെ പല്ലിളിയും.

എല്ലാ വർഷവും ക്ലാസിൽ ഹൃദയത്തെക്കുറിച്ച് പഠിപ്പിക്കുമ്പോൾ കുര്യൻ സാറ് പോത്തിന്റെ ഹൃദയം കൊണ്ട് വരും.... കഴിഞ്ഞ ഒൻപതു വർഷമായി കുട്ടികൾക്ക് തലമുറ തലമുറ കൈമാറി കുര്യൻ സാറിന്റെ ഈ ഡെമൺസ്ട്രേഷൻ ക്ലാസ് അഭംഗുരം തുടരുന്നു. അന്ന് ക്ലാസിനിടയിൽ അശ്രദ്ധമായി കുര്യൻ സാറ് കോമ്പസുകൊണ്ട് ഹൃദയ മാംസത്തിൽ കുത്തിയപ്പോൾ ആകാശ് പോളിന്റെ ഹൃദയം നുറുങ്ങി. മൃഗതൃഷ്ണകൾ നിലച്ചുപോയ ആ ഹൃദയം ശൂന്യതയുടെ ഒരു മഹാപ്രപഞ്ചം അവനിലുണർത്തി.

തൊട്ടടുത്ത ദിവസം ഒരു പാർസൽ കുര്യൻ സാറിന്റെ ടേബിളിനു മുകളിൽ പ്രത്യക്ഷപ്പെടുന്നു. ഗിഫ്റ്റ് പാർസലിന്റെ മുകളിൽ ചുവന്ന സ്കെച്ചു പേനകൊണ്ട് മിസ്റ്റർ കുര്യൻ സാർ എന്ന് വലുപ്പത്തിൽ എഴുതിയിരുന്നത് കുര്യൻ സാറിനെ കൂടുതൽ സന്തോഷത്തിലാക്കി. പങ്കുവെയ്ക്കപ്പെടാനിടയില്ലാത്ത സമ്മാനങ്ങൾ അയാളെ എന്നും ആവേശത്തിലാക്കാറുണ്ട്.

കുര്യൻ സാറിനു ലഭിക്കുന്ന സമ്മാനത്തിന്റെ ആകാംക്ഷയിൽ കൂട്ടംകൂടിയ കണ്ണുകൾക്കു മുന്നിലേക്ക് പൂവുകളാൽ അലങ്കരിച്ചു വച്ചിരിക്കുന്ന ഒരു മൃഗയോനി വെളിപ്പെട്ടു. ഒരു ഓക്കാനത്തോടെ സൂസന്നമാഡം വാഷ്ബേസിനടുത്തേക്കു പാഞ്ഞു.

പിന്നെയുണ്ടായത് തെളിവെടുപ്പിന്റെ കൂട്ടപ്പൊരിച്ചിലുകൾ. കൃത്യം രണ്ടു ദിവസത്തിനകം സൂസന്നമാഡത്തിന്റെ മുന്നിൽ ആകാശ് പോൾ ഹാജരാക്കപ്പെട്ടു.

ഒരുപാടു തവണ മൃഗഹൃദയത്തിന്റെ പേശികൾ ബ്ലേഡുകൊണ്ട് കീറിവരഞ്ഞ കുര്യൻ സാറിന്റെ വിരലുകൾ അവന്റെ ചുമലിൽ പിടിച്ചു ഞെരിച്ചു. അതിന്റെ വേദന അലിഞ്ഞു തീരും മുമ്പേ അവന്റെ ഇരു ചുമലിലും സൂസന്നമാഡം ചൂരലുകൊണ്ടാഞ്ഞടിച്ചു.

സ്റ്റാഫ് റൂമിൽനിന്നും പുറത്തിറങ്ങുമ്പോൾ അവനൊരു കാര്യത്തിൽ സംശയമില്ലായിരുന്നു, സൂസന്നമാഡം കഴിഞ്ഞ ജന്മത്തിലൊരു നായയായിരുന്നു, പൊലീസ്നായ.

സ്കൂൾ വിടാൻ സമയമായതിനാൽ അന്വേഷണം മുഴുമിപ്പിക്കാൻ

സൂസന്നമാഡത്തിന് കഴിഞ്ഞില്ല. തന്നെയല്ല ഇതുവരെയുള്ള അനുഭവം വെച്ച് കുറച്ചുകൂടി ബുദ്ധിപരമായ നീക്കങ്ങൾ ഈ അന്വേഷണത്തിൽ വേണമെന്നും മാഡത്തിന് തോന്നിയിരുന്നു.

പിറ്റേ ദിവസം മുഖത്തു മറുകുള്ളവരെല്ലാം സ്റ്റാഫ് റൂമിൽ നിരന്നു. ഓരോരുത്തരുടെയും മറുകിന്റെ സ്ഥാനങ്ങൾ പരിശോധിച്ച് കേസിൽ നിന്നും വിടുതൽ നല്കി വിട്ടയച്ചു. അവസാനം ടെൻത് ബിയിലെ മെൽവിൻ റോബർട്ട് ബാക്കിയായി.

അവന്റെ ഇടം കണ്ണിനടുത്ത് പുരികത്തോടു ചേർന്നുള്ള അല്പം തുടിച്ചു നില്ക്കുന്ന മറുക് സൂസന്നമാഡത്തിനെ തുറിച്ചു നോക്കി. പ്രതിയെ കണ്ടുപിടിച്ചെങ്കിലും സൂസന്നമാഡത്തിനൊരു ഉഷാറും തോന്നിയില്ല.

യാതൊരു വെല്ലുവിളിയും കൂടാതെ അനായാസമായി ഇങ്ങനെ പ്രതിയെ കണ്ടുപിടിക്കാൻ റോഷ്നിക്കുപോലും കഴിയുമായിരുന്നല്ലോ എന്ന് സൂസന്നമാഡം ഓർത്തു. അതിന്റെ നിരാശ മെൽവിൻ റോബർട്ടിന്റെ ഉള്ളംകൈയിൽ അവർ തീർത്തു.

അന്ന് മൂന്നാമത്തെ അവറിൽ റോഷ്നിമാഡം വന്നപ്പോൾ ക്ലാസിൽ പതിവില്ലാത്ത വിധം തിരയിളക്കം. മെൽവിൻ റോബർട്ട് റോഷ്നി മാഡത്തിനെ പാളിനോക്കി,നിഗൂഢ രഹസ്യം കണ്ടവനെപ്പോലെ അവന്റെ ചുണ്ടിൻ കോണിൽ ചിരിയുതിർന്നു.

ഉച്ചയ്ക്കത്തെ ഇന്റർവെല്ലിനിടയിൽ മെൽവിന്റെ മുന്നിൽ പതിവിൽ കവിഞ്ഞ ആൾക്കൂട്ടം. ഒറ്റദിവസം കൊണ്ട് മെൽവിന്റെ ക്ലാസിലെ ഗ്രാഫ് കുത്തനെ ഉയർന്നു. ചുറ്റും കൂടിയവരുടെ അസൂയ നിറഞ്ഞ നോട്ടം അവൻ ശരിക്കും ആസ്വദിച്ചു.

ക്ലാസ്റൂമിലെ ബഹളത്തിൽനിന്ന് അവിനാശ് പിള്ള മെല്ലെ പുറത്തിറങ്ങി.... കോറിഡോറിലെ തൂണിനോട് ചാരിനിന്ന് അവൻ യൂക്കാലി മരങ്ങളിൽ കാറ്റുപിടിക്കുന്നത് നോക്കി നിന്നു.

പിറകിലെ കാൽപ്പെരുമാറ്റം കേട്ട് അവിനാശ് മെല്ലെത്തിരിഞ്ഞു. “എന്താ അവിനാശ് ഫസ്റ്റവർ തുടങ്ങാനായില്ലേ.... ഇവിടെത്തന്നെ നിന്നുകളഞ്ഞത്....” ലൈബ്രറി പുസ്തകം മാറിൽ ചേർത്ത് സുമിത്രമാഡം. അവൻ ഒന്നു പരുങ്ങി....

പിന്നേയ് അവിനാശേ, നിനക്കു തരാൻ ഞാനൊരു സാധനം വാങ്ങിയിരുന്നു. ഞാനത് മറന്നു. പുസ്തകത്തിനിടയിൽനിന്നും നേർത്ത പ്ലാസ്റ്റിക്കുകൊണ്ട് പൊതിഞ്ഞ ഒരു കവർ അവന് നേരെ നീട്ടി. അവനത് കൗതുകത്തോടെ അഴിച്ചു.

വിവിധ വലിപ്പത്തിലുള്ള കറുത്ത പൊട്ടുകൾ.... അവന്റെ വെളുത്ത മുഖത്തേക്കു ചോരയിരച്ചെത്തുന്നത് സുമിത്രമാഡം കണ്ടു.... ഒരു പൊട്ടെടുത്ത് അവന്റെ ഇടതു കൺപുരികത്തിനടുത്ത് അവൾ തൊട്ടു.

മറ്റാരെങ്കിലും കാണുന്നുണ്ടോ എന്നു നോക്കി അവൾ തന്നെ അത് പറിച്ചെടുത്തു.... അവിനാശിന്റെ കണ്ണുകൾ നിറഞ്ഞിരിക്കുന്നത് സുമിത്രമാഡം കണ്ടു. സുമിത്രമാഡം തിരിഞ്ഞു നടന്നപ്പോൾ ഒരു വിതുമ്പലോടെ കൈയിലിരുന്ന പൊതി അവൻ താഴേക്കെറിഞ്ഞു. അപ്പോഴും ടെൻത് ബി യിൽനിന്നും മെൽവിന്റെ ഉറക്കെയുള്ള ചിരി കേൾക്കാമായിരുന്നു.

# കാലം സാക്ഷി

**കു**ന്നിക്കൽ നാരായണൻ കോഴിക്കോട് പൊലീസ് സ്റ്റേഷനിൽ നേരിട്ടു കീഴടങ്ങിയ അതേ ദിവസം തന്നെയാണ് രമേശന്റെ അച്ഛൻ കുഞ്ഞനന്തൻ നാടു വിട്ടത്....

നാട്ടുകാർ മാവോ എന്നു വിളിക്കുന്ന മാവോ കുഞ്ഞിരാമൻ ആ ദിവസം ഓർത്തെടുക്കുന്നത് അങ്ങനെയാണ്.

കുഞ്ഞനന്തനും കുന്നിക്കലും തമ്മിൽ യാതൊരു ബന്ധവുമില്ലെന്ന് കുഞ്ഞിരാമനറിയാം.... എന്നാലും ഓർത്തെടുക്കാൻ ചില കാര്യങ്ങൾ ചരിത്ര സംഭവങ്ങളുമായി ചേർത്തു വെയ്ക്കുന്നത് നന്നായിരിക്കുമെന്നാണ് മാവോകുഞ്ഞിരാമൻ വിശ്വസിക്കുന്നത്. ആ ദിവസം ഇന്നും കുഞ്ഞിരാമന്റെ മനസ്സിലുണ്ട്.

കുന്നിക്കലിന്റെ കീഴടങ്ങൽ വാർത്ത കേട്ട് മാവോകുഞ്ഞിരാമൻ മുറ്റത്തേക്കൊന്ന് കാർക്കിച്ച് തുപ്പി മുഖം തിരിക്കാൻ ഒരുങ്ങുമ്പോഴാണ് ഒരു നിലവിളിയായി സുശീല പറന്നെത്തിയത്.

വന്നപാടെ മാവോ കുഞ്ഞിരാമന്റെ മുന്നിൽനിന്നും സുശീല നെഞ്ചിനാഞ്ഞിടിച്ചു, മൂന്ന് വട്ടം. അടുത്തയിടിക്കു മുമ്പേ കുഞ്ഞിരാമൻ സുശീലയുടെ കൈക്ക് കടന്നു പിടിച്ചു. ചുരുട്ടിപ്പിടിച്ച സുശീലയുടെ കൈയിൽ നിന്നും ഒരു കടലാസ് തുണ്ട് താഴേക്ക് വീണു.

“ഇതെഴുതി വെച്ചിട്ടാ കുഞ്ഞിരാമേട്ടാ ഓറ് പോയേ.... ഓാറെ പേര് പോലും ഞാൻ തേച്ചും ഉച്ചരിച്ചിറ്റില്ല.... രമേശൻ്റച്ഛൻ ന്നേ പറഞ്ഞിട്ടുള്ളു .... എന്നിറ്റും”

കുഞ്ഞിരാമൻ ആകെ സ്തബ്ധനായിപ്പോയിരുന്നു. അയാൾ ചുളുങ്ങി മുഷിഞ്ഞ കടലാസു കഷണത്തിൽ നോക്കി.

“സുശീലേ ഞാൻ പോന്നു.

എന്റെ കുഞ്ഞനെ ഇഞ്ഞി നല്ലോണം നോക്കണം...."

രണ്ടു വരികളിലായി കൂനനുറുമ്പ് നടന്നുപോവുന്നതു പോലുള്ള അക്ഷരങ്ങൾ. അടുത്ത നോട്ടത്തിൽ കൂനനുറുമ്പുകൾ അതി ഭീകരമാം വിധം വളരുന്നതായും അവയുടെ ചവിട്ടടികളിൽനിന്നും പൊടിക്കാറ്റ് പറക്കുന്നതായും കുഞ്ഞിരാമനു തോന്നി. അയാൾ കണ്ണുകൾ ഇറുക്കെ ചിമ്മി.

കുഞ്ഞനന്തൻ നാടുവിട്ടുപോയതിന്റെ തലേന്ന് രാത്രിയിലും മാവോയെ കാണാൻ വന്നിരുന്നു. എന്തെങ്കിലും പ്രശ്നമുള്ളതിന്റെ വല്ല സൂചനയും അന്നു കുഞ്ഞനന്തന്റെ മുഖത്തുണ്ടായിരുന്നോ എന്ന് മാവോ പിന്നീടും പലവട്ടം തല പുകച്ചിട്ടുണ്ട്.

മാവോ കുഞ്ഞിരാമന്റെ നേതൃത്വത്തിലാണ് പാർട്ടിക്കാരെല്ലാവരും ചേർന്ന് കുഞ്ഞനന്തന്റെ വീട് നന്നാക്കിക്കൊടുത്തത്. പാർട്ടിയുടെ നേതൃത്വത്തിലുള്ള സഹകരണസംഘത്തിൽ സുശീലയ്ക്ക് ഒരു ജോലി ശരിയാക്കിക്കൊടുത്തതും മാവോയുടെ ഇടപെടൽകൊണ്ടായിരുന്നു.

മാവോയുടെ കൺമുന്നിൽ രമേശൻ വളർന്നു. മറ്റൊരു വിധത്തിൽ പറഞ്ഞാൽ മാവോയുടെ കൈപിടിച്ച് രമേശൻ വളർന്നു. രമേശനിപ്പോൾ പാർട്ടി ഏരിയാ കമ്മിറ്റിയംഗവും പാർട്ടിയുടെ നിയന്ത്രണത്തിലുള്ള സഹകരണബാങ്കിലെ ക്ലർക്കുമാണ്. ഇത്രയും കാലത്തിനിടയ്ക്ക് രമേശൻ ഒരിക്കൽപ്പോലും തന്നോട് കുഞ്ഞനന്തനെക്കുറിച്ച് ഒന്നും ചോദിച്ചിട്ടില്ലല്ലോ എന്ന് മാവോ അതിശയിക്കാറുണ്ട്.

പാർട്ടി ഓഫീസിൽ വെച്ചായിരുന്നു രമേശന്റെ കല്ല്യാണം. മാവോ കുഞ്ഞിരാമന്റെ ഒരകന്നബന്ധത്തിലുള്ളവളായിരുന്നു ഗീത. ഗീതയുടെ അച്ഛൻ നേരത്തെ മരിച്ചു പോയിരുന്നു. ഏരിയാസെക്രട്ടറി രാഘവനാണ് രക്തഹാരം ദമ്പതികൾക്കു കൈമാറിയത്.

പിന്നീടുള്ള രണ്ടു വർഷം രമേശനെ സംബന്ധിച്ചിടത്തോളം നഷ്ടങ്ങളുടെ വർഷമായിരുന്നു.... മാവോ കുഞ്ഞിരാമേട്ടനും രമേശന്റേമ്മയും ഈ ലോകം വിട്ടുപോയി. കുഞ്ഞിരാമേട്ടനായിരുന്നു ആദ്യം പോയത് രണ്ടു മരണവും രമേശനെ ഉലച്ചു കളഞ്ഞു....

പുതിയ ഏരിയാകമ്മിറ്റിയിലേക്കുള്ള കമ്മിറ്റിയംഗങ്ങളുടെ തിരഞ്ഞെടുപ്പ് അത്ര സുഗമമായിരുന്നില്ല. മേൽകമ്മിറ്റി വെച്ച പാനലിൽ മരുതോറ കൃഷ്ണന്റെ പേരില്ലായിരുന്നു. കൃഷ്ണനെ ഉൾപ്പെടുത്തണമെന്ന് ഒരു വിഭാഗം.... പറ്റില്ലെന്ന് മറു പക്ഷവും. ഒടുവിൽ വോട്ടെടുപ്പ് വേണ്ടി വന്നു. വോട്ടെണ്ണിയപ്പോൾ കൃഷ്ണൻ തോറ്റു.... രമേശനായിരുന്നു ഏറ്റവും കൂടുതൽ വോട്ട്, നിലവിലെ സെക്രട്ടറി രാഘവനേക്കാളും. പ്രകടനവും പൊതുസമ്മേളനവും കഴിഞ്ഞ് വീട്ടിലേക്ക് നടക്കുമ്പോൾ മരുതോറ കൃഷ്ണനുമുണ്ടായിരുന്നു ഒപ്പം.

"രമേശാ ഇഞ്ഞ് സൂക്ഷിച്ചോ ഓനേക്കാളും വോട്ട് ഇനക്ക് കിട്ടിയത് ഓന് പിടിച്ചിട്ടില്ല "

"അങ്ങനൊന്നും പറേരുത് കൃഷ്ണേട്ടാ രാഘവേട്ടനങ്ങനത്തെയാളല്ല...."

“ഉം അത് പണ്ട്. ഇപ്പോൾ ഓനാളാകെ മാറി. എടയ്ക്കെടയ്ക്ക് ഓനേട്യാ പോണേന്ന് ഇഞ്ഞ് അന്വേഷിച്ചിട്ടുണ്ടോ? മാസത്തിലൊരഞ്ചാറീസം ഓൻ നാട്ടിലുണ്ടാവില്ലാലോ.”

“എന്റെ കൃഷ്ണേട്ടാ ഇങ്ങനെയൊക്കെ നോക്കിയാലെങ്ങനെയാ.”

“രമേശാ ഇഞ്ഞ് കണ്ണടച്ചിരുട്ടാക്കല്ലേ ഓന് കർണ്ണാടകത്തിലേട്യയോ ഒരു കോളേജിന്റെ ഷെയറുണ്ട്. തിരുവനന്തപുരത്തിനാന്നും പറഞ്ഞ് ഓൻ പോകുന്നത് അങ്ങോട്ടാ.... ഞാനിപ്പം പറേന്നത് ഇഞ്ഞ് വിശ്വസിക്കണ്ട ഇനിക്കത് തിരിയും.”

അപ്പോഴേക്കും അവർ കൃഷ്ണേട്ടന്റെ വീട്ടിലേക്ക് തിരിയുന്ന ഇടവഴിക്കടുത്തെത്തിയിരുന്നു. ഇടവഴിയിലേക്കുള്ള പടവുകളിറങ്ങി കൃഷ്ണേട്ടൻ തെല്ലിട നിന്നു....

“എനിക്കറിയാം രമേശാ ഇഞ്ഞിതൊക്കെ മനസ്സിലാക്കും. മനസ്സിലാക്കാണ്ടിരിക്കാൻ ഇനിക്കാവൂല്ല.... ഇന്നെ നല്ല ചൊല്ല് തന്ന് വളർത്തീത് മറ്റാരുല്ലാലോ.... മാവോ കുഞ്ഞിരാമേട്ടനല്ലേ അങ്ങനെ വളർന്ന ഇഞ്ഞ് പാർട്ടീനെ വെടക്കാക്കാൻ സമ്മതിക്കൂലാന്ന് എനിക്കറിയാം രമേശാ.”

കൃഷ്ണേട്ടൻ കൈയും വീശി നടന്നകന്നപ്പോഴും രമേശനവിടെ തന്നെ തറഞ്ഞു നിന്നു. ഇതുവരെ കേൾക്കാത്ത കാര്യങ്ങളാണ് രാഘവേട്ടനെക്കുറിച്ച് കൃഷ്ണേട്ടൻ പറഞ്ഞിട്ടു പോയത്.

രാഘവേട്ടനെപ്പോലെത്തന്നെയാണ് തനിക്ക് കൃഷ്ണേട്ടനും. തോട്ടക്കാട് മിച്ചഭൂമി സമരത്തിൽ ഒരുപാട് ദിവസം ലോക്കപ്പിൽ കഴിഞ്ഞ ആളാണ് കൃഷ്ണേട്ടൻ.

ചോദ്യം ചെയ്യലിനിടയിൽ നാരോള്ളതിലെ ജാനുവിന്റെ മടിക്കുത്തിന് പിടിച്ച കോൺസ്റ്റബിളിന്റെ കരണക്കുറ്റിക്കു തന്നെ കൈവീശിയടിച്ചവൻ, നെഞ്ചിൻകൂട് കുലുങ്ങുന്ന പൊലീസിന്റെ ഓരോ ഇടിക്കിടയിലും നിലവിളിക്കാതെ മുറതെറ്റാതെ ഇൻക്വിലാബ് വിളിച്ചവൻ. അങ്ങനെയുള്ള കൃഷ്ണേട്ടൻ ഒരു വാരിക്കുന്തമാണ് തന്റെ നെഞ്ചിൽ കുത്തിയിറക്കിപ്പോയതെന്ന് തുടർന്നുള്ള ദിവസങ്ങളിൽ രമേശനു തോന്നി. പിന്നെയുള്ള മാസങ്ങളിൽ രാഘവേട്ടൻ രമേശന്റെ കാഴ്ചവൃത്തത്തിൽ തന്നെയായിരുന്നു.

“അതെ, കൃഷ്ണേട്ടൻ പറഞ്ഞതുപോലെ രാഘവേട്ടൻ എല്ലാമാസവും തിരുവനന്തപുരത്തിന് പോകുന്നെന്ന് പറഞ്ഞ് നാലഞ്ച് ദിവസം നാട്ടിൽ നിന്നും മാറി നില്ക്കുന്നുണ്ട്.”

എല്ലാമാസവും തിരുവനന്തപുരത്തിന് പോകേണ്ട ആവശ്യമെന്താണ് രാഘവേട്ടന്. പാർട്ടി റിപ്പോർട്ടിങ് എല്ലാ മാസവും ഉണ്ടാകാറില്ലല്ലോ. പിന്നെയെന്തെങ്കിലും സർക്കാരാവശ്യത്തിന്. അതിന് ഭരണതലത്തിൽ സ്വാധീനിക്കാൻ ഇപ്പോൾ ഭരണപക്ഷത്തുമല്ലല്ലോ. ഇല്ല പാർട്ടിയെ വെടക്കാക്കാൻ ഒരുത്തനെയും സമ്മതിച്ചൂടാ. രമേശൻ അടുത്ത കമ്മിറ്റിക്കായ് കാത്തിരുന്നു

പാർട്ടിഫണ്ടായിരുന്നു അന്നത്തെ മുഖ്യ അജണ്ട. കണക്കവതരിപ്പിച്ചപ്പോൾ രമേശൻ അമ്പരന്നു, ഒരു ഇരുപതിനായിരം ഉറുപ്പികയുടെ ഷോട്ടുണ്ട് ചുമരിലുള്ള മാർക്സും ലെനിനും സ്റ്റാലിനും തന്നെയാണ് നോക്കുന്നതെന്ന് രമേശന് തോന്നി തന്നെമാത്രം. അയാളുടെ സിരകളിൽ ചുടുചോര തിളച്ചു.

"അല്ല രാഘവേട്ടാ ഇങ്ങള് പാർട്ടീടെ നേതാവാണ്. അതുകൊണ്ട് തന്നെ ഇങ്ങളോടൊപ്പമുള്ള ആളുകൾക്ക് ഇങ്ങളെ വിശ്വാസമുണ്ടായിരിക്കണം. സഖാവ് ഇപ്പം വെച്ച കണക്കില് ഇരുപതിനായിരം ഉറുപ്പികയുടെ ഷോട്ടുണ്ട്.... തോടന്നൂർ ലോക്കലീന്ന് പിരിച്ച കണക്കു മുഴുവൻ വന്നിട്ടില്ല അതുമാത്രല്ല സഖാവിനെക്കുറിച്ച് ഈ നാട്ടില് പ്രചരിക്കുന്ന ചില വാർത്തകളുണ്ട്.... എല്ലാ മാസവും സഖാവ് കർണ്ണാടകത്തില് പോന്നുണ്ടെന്നും അവിടെ സഖാവിനൊരു കോളേജുണ്ടെന്നുമൊക്കെ. ഇക്കാര്യത്തില് സഖാവൊരു വിശദീകരണം തരണം...."

സർവ്വം നിശ്ശബ്ദം. എല്ലാവരും പകച്ചുപോയിരുന്നു. രമേശനിൽ നിന്നും ഇങ്ങനെയൊരു സംസാരം ആരും പ്രതീക്ഷിച്ചിട്ടില്ലെന്ന് വ്യക്തം.

"രമേശാ നമ്മടെ രാഘവേട്ടനെക്കുറിച്ച് ഇഞ്ഞിങ്ങനെ പറയാൻ പാടില്ലേനു.... നമ്മുടെ പാർട്ടീനെ തകർക്കാൻ ശ്രമിക്കുന്നോരുടെ നാവാ ഇപ്പോൾ നിന്റെ വായില്" പി സി സുരേന്ദ്രൻ പൊട്ടിത്തെറിച്ചു

"വേണ്ട സുരേന്ദ്രാ .... രമേശനെന്നെപ്പറ്റിയല്ലെ പറഞ്ഞത്.... അതിന് മറുപടി ഞാൻ തന്നെ പറയാം" രാഘവൻ മെല്ലെ എഴുന്നേറ്റു.

"രണ്ട് കാര്യങ്ങളാണ് രമേശനിപ്പോൾ ഇവിടെ ഉന്നയിച്ചിരിക്കുന്നത്. ഒന്നാമത് ഇരിപതിനായിരത്തിന്റെ കാര്യം.... തോടന്നൂര് ലോക്കലിലെ പിരിവ് പൂർണ്ണമായിട്ടില്ല. ഇനിയും ചേർത്ത പൈസ പിരിച്ചെടുക്കാനുണ്ട്. ഈ ഇരുപതിനായിരം കൂടി ചേർത്ത് അടുത്താഴ്ച ചേരുന്ന കമ്മിറ്റിയിൽ അവതരിപ്പിക്കും. പിന്നെ രണ്ടാമത്തേത് മാസത്തിൽ അഞ്ചാറ് ദിവസം ഞാൻ നാട്ടിലില്ലെന്ന കാര്യം. അത് തികച്ചുമെന്റെ വ്യക്തിപരമായ കാര്യാണ്.... അതിനെ ചുറ്റിപ്പറ്റിയുള്ള വിവാദങ്ങള് വെറും ഊഹാപോഹങ്ങളു മാത്രമാണെന്നെ എനിക്ക് പറയാനുള്ളൂ."

"അങ്ങനങ്ങ് പറഞ്ഞൊഴിയല്ല സഖാവേ എല്ലാ മാസവും തിരുവനന്തപുരത്തെന്താ സഖാവിന്?"

"രമേശാ പറഞ്ഞല്ലോ .... എന്റെ യാത്രയെപ്പറ്റി അത്ര പറയാനേ എനിക്കിപ്പോൾ കഴിയൊള്ളു രമേശാ."

"ഇല്ല സഖാവേ.... സഖാവത് പറയാൻ തയ്യാറല്ലെങ്കിൽ ഞാനീ കമ്മിറ്റിയിലിരിക്കുന്നതിലർത്ഥമില്ല" അമ്പരപ്പ് കലർന്ന നോട്ടങ്ങൾക്കിടയിലൂടെ രമേശൻ പുറത്തേക്കു നടന്നു.

'ഏരിയാകമ്മിറ്റിക്കുശേഷം തന്റെ ജീവിതത്തിൽ നടക്കാൻ പോകുന്ന കാര്യങ്ങൾ എന്താവുമെന്ന് രമേശന് നിശ്ചയമുണ്ട്. ഓരോന്നിനോടും ഇനി പൊരുത്തപ്പെടേണ്ടതുണ്ട്. നേതൃത്വത്തെയാണ് താൻ വെല്ലുവിളിച്ചിരിക്കുന്നത്....

ഒന്നരയാഴ്ചയാവുന്നു രമേശൻ ബാങ്കിൽ പോയിട്ട്. എന്തെങ്കിലും കാരണത്താൽ താനിനി ഒഴിവാക്കപ്പെടും.... മറ്റൊരു പണി കണ്ടുപിടിച്ചേ മതിയാവൂ. പണ്ടത്തെപ്പോലെയല്ല. ഗീതയും താനും മാത്രമല്ലല്ലോ ഉള്ളത്. അതു മാത്രമല്ല താനിനി കുറേക്കൂടി കരുതലോടെ നടക്കണം. ഇന്നലെ വീട്ടിലേക്ക് വരുമ്പോൾ തന്നെയാരോ പിന്തുടരുന്നതായി രമേശന് തോന്നിയിരുന്നു.

അന്നയാൾ ഇരുട്ടുന്നതിന് മുമ്പേ വീട്ടിലെത്തി.... കിണറ്റു കരയിൽ നിന്നും തൊട്ടിയിൽ വെള്ളം തലയിലൊഴിക്കുമ്പോഴും പിന്നീട് ഊണു കഴിക്കുമ്പോഴും എന്തോയൊരു വിപത്ത് തന്റെയടുത്തെത്തിയിരിക്കുന്ന തായി അയാൾക്കനുഭവപ്പെട്ടു. പുറത്തു നിന്നുണ്ടാവുന്ന ചെറിയ ശബ്ദ ങ്ങൾ പോലും തന്നെ കീഴ്പ്പെടുത്താനെത്തുന്നവരുടെ കാലൊച്ചകളായി അയാൾക്കു തോന്നി

അതുകൊണ്ടുതന്നെ വാതിലിലൊരുമുട്ട് രമേശനെപ്പോഴും പ്രതീ ക്ഷിച്ചു.... എന്നാൽ ഒടുവിലത് സംഭവിച്ചു. പുറത്ത് ദിവാകരനായിരുന്നു. രാഘവേട്ടന്റെയാളാണ്.

“എന്താ ദിവാകരാ ഈ നേരത്ത്....?”

“ഇമ്മക്ക് എല്ലാ സമയവും ഒരു പോലെയല്ലേ സഖാവേ, സഖാവി നെയൊന്ന് കാണണമെന്നു പറഞ്ഞു രാഘവേട്ടൻ.... ഇപ്പോൾത്തന്നെ ചെല്ലണമെന്നും പറഞ്ഞു ”

“ഇപ്പോൾ തന്നെയോ....”

“അതേ ഇപ്പോൾ തന്നെ. സഖാവിന് അതു കഴിഞ്ഞിറ്റ് തലസ്ഥാ നത്തു പോകാനുള്ളതാത്രെ.... എന്തോ കാര്യം ഇങ്ങളെ പറഞ്ഞേല്പിച്ചിറ്റ് പോകാനാന്നാ പറഞ്ഞേ...”

തന്നെ എന്തു പറഞ്ഞേല്പിക്കാനാണ് രാഘവേട്ടന്. അതും ഈ രാത്രിയിൽ. പ്രത്യേകിച്ചും രാഘവേട്ടനുമായി അത്ര നല്ല ബന്ധത്തില ല്ലാതിരിക്കുമ്പോൾ. അയാൾ ദിവാകരന്റെ കണ്ണുകളിൽ സൂക്ഷിച്ചു നോക്കി. അപായത്തിന്റെ ചുഴികൾ ഇളകിമറിയുന്നുണ്ടോ.... ചുണ്ടിൽ എത്രയൊളിപ്പിച്ചിട്ടും മറയ്ക്കാനാവാതെ ഒരു ചിരി.

ഇല്ല, എത്ര ശ്രദ്ധിച്ചാലും കാലം തീരുമാനിച്ചിട്ടുണ്ടെങ്കിൽ അത് മാറ്റാൻ കഴിയില്ലല്ലോ. ഷർട്ടെടുത്തിടുമ്പോൾ രമേശന്റെ കൈകൾ വിറ ച്ചു.... കുറച്ചു സമയത്തിനുള്ളിൽ ഈ വെള്ള കോട്ടൻ തുണിയിലേക്ക് പടർന്നിറങ്ങുന്ന രക്ത തുള്ളികൾ വരയ്ക്കുന്ന അമൂർത്ത രൂപങ്ങൾ അയാ ളുടെ കണ്ണുകളിൽ തെളിഞ്ഞു.

“രാഘവേട്ടനെന്തോ പറയാനുണ്ടെന്നു പറഞ്ഞു വിട്ടിരിക്കുന്നു അതിനാ ദിവാകരൻ വന്നെ.”

കഴിയുന്നത്ര പ്രസന്നത വരുത്തിയാണ് അയാൾ അത് പറഞ്ഞത്.... ഗീതയുടെ കണ്ണുകളിൽ ആശങ്കകളുടെ വലകൾ വരിഞ്ഞുമുറുകു ന്നതയാൾ കണ്ടു.

തൊട്ടിലിൽ ഒന്നും അറിയാതെ മയങ്ങുകയാണ് കുഞ്ഞു. അയാൾ

ഒന്നുകൂടി ഗീതയെ നോക്കി.

എന്റെ കുഞ്ഞിനെ ഇഞ്ഞി നല്ലോണം നോക്കണം. അയാളുടെ നന ഞ്ഞ കണ്ണുകൾ അവളോട് പറയാതെ പറഞ്ഞു.

“ഈ രാത്രീ തന്നെ പോണോ?”

“പോണം.... രാഘവേട്ടൻ പറഞ്ഞു വിട്ടതല്ലേ.” അത്രയെ അയാൾ അവളോടു പറഞ്ഞുള്ളൂ.

അയാൾ മുറ്റത്തേക്കിറങ്ങി. പിറകെ ദിവാകരനും. മുറ്റത്തുനിന്നും വഴിയിലേക്കിറങ്ങുന്നതിനുമുമ്പേ അയാളുടെ മനസ്സിൽ മറ്റൊരു മുറ്റം നിവർന്നു. അവിടെ വെള്ളത്തുണിയിൽ പൊതിഞ്ഞ ഒരു ശരീരം. അരികിൽ ഉരുകിയൊലിച്ച് ഗീത, കോലായിലെ ചുമരിൽ ശൂന്യതയിൽ തറഞ്ഞുപോയ കണ്ണുകളുമായി മാവോ കുഞ്ഞിരാമേട്ടൻ. ആൾക്കൂട്ടത്തിന്റെ പിറുപിറുക്കൽ, അതിന് നടുവിൽ ഇന്നലെ അടിയന്തരമായി പാർട്ടിമീറ്റിങ്ങിന് തിരുവനന്തപുരത്തുപോയെന്നു പറഞ്ഞ രാഘവേട്ടനും!

“ഇങ്ങളെന്താ ബേജ്യോട്ടു നോക്കി നില്ക്കുന്നേ, ഇനിയും താമസിച്ചാൽ രാഘവേട്ടന്റെ ട്രെയിനങ്ങ് പോകും.”

ദിവാകരന്റെ കൈയിലെ പെൻടോർച്ചിന്റെ വെളിച്ചത്തിൽ അവർ നടന്നു. മുന്നിൽത്തെളിയുന്ന ടോർച്ചുവെട്ടത്തിന്റെ ഇടവേളകൾ കൂടുമ്പോൾ അയാൾ അറിയാതെ തിരിയും.... ദിവാകരൻ ഇരുട്ടിൽ അലിഞ്ഞ് കാണാതായിട്ടുണ്ടാവുമെന്ന് കരുതും.

“സഖാവേ നില്ക്ക്, ഞാനൊന്ന് രാഘവേട്ടനെ വിളിച്ചുനോക്കട്ടെ. പാർട്ടിയോഫീസിലേക്ക് വരണോ അതോ ഈടെ തന്നെ നിന്നാൽ മതിയോ എന്ന്....” അവർ അപ്പോഴേക്കും ഗോപാലൻ നായരുടെ പീടികയ്ക്കടുത്തെത്തിയിരുന്നു.

രമേശൻ നോക്കുമ്പോൾ ദിവാകരൻ ആരെയോ വിളിക്കുന്നുണ്ട്. രാഘവേട്ടനെയാവാം.... ഇരയെ ഇന്ന സ്ഥലത്ത് സുരക്ഷിതമായി എത്തിച്ചത് അറിയിച്ചതാവാം.

“ഈടെത്തന്നെ നിന്നാൽ മതീന്നാ പറഞ്ഞെ.... മൂപ്പര് ഇതിലൂടെ ത്തന്നെയാവരുന്നേ. എന്നോട് പൊക്കോളാനും പറഞ്ഞു....”

ദിവാകരൻ തിരിഞ്ഞു നടന്നു.... അതെ അവന്റെ ഊഴം കഴിഞ്ഞു.... ഇനി മറ്റുള്ളവരുടേതാണ്. ഓരോരുത്തരും അവനവന് നിശ്ചയിക്കപ്പെട്ട ജോലി ഭംഗിയായി നിർവ്വഹിച്ച് രംഗമൊഴിയുന്നു. രമേശൻ ഗോപാലൻ നായരുടെ പീടികയ്ക്ക് തൊട്ടപ്പുറത്തുള്ള കടത്തിണ്ണയിലേക്ക് കയറി.

അവിടേക്ക് കാൽകുത്തിയപ്പോൾ ആ അവസ്ഥയിലും രമേശൻ കോരിത്തരിച്ചു. അതെ അവിടെ വെച്ചായിരുന്നു രമേശന്റെ രാഷ്ട്രീയത്തിലെ കന്നിപ്രസംഗം.... അതോർത്തപ്പോൾ അയാളുടെ ചുണ്ടിൽ ഒരു വിളർത്ത ചിരി വിടർന്നു. തുടക്കവും ഒടുക്കവും ഒരിടത്തുതന്നെ.

വളവ് തിരിഞ്ഞു വന്ന വണ്ടി കടയുടെ മുന്നിൽത്തന്നെ നിർത്തി. വണ്ടിയിൽ രാഘവേട്ടനും ഡ്രൈവറും മാത്രം. രാഘവേട്ടൻ വണ്ടിയിൽ നിന്നിറങ്ങി “വണ്ടി മുന്നോട്ടല്പം മാറ്റിയിട് രവീന്ദ്രാ, ഞാനിപ്പം വരാം.”

രാഘവേട്ടൻ രമേശന്റെ കൈപിടിച്ച് കടയിലേക്ക് കയറി.

"എന്താ രമേശാ ഇനിക്ക് പനിക്കുന്നുണ്ടോ എന്തൊരു ചൂടാ ഇന്റെ കൈയില്." രമേശൻ ഒന്നും പറഞ്ഞില്ല.

"അത് പോട്ടെ ഇഞ്ഞൊരു കാര്യം ചെയ്യണം . ഞാനൊരാഴ്ച ഇവിടെയുണ്ടാവില്ല. ഇഞ്ഞ് പറഞ്ഞ മാസത്തിലൊരിക്കലുള്ള യാത്രന്നെ കർണ്ണാടകത്തിലല്ല, തിരുവനന്തപുരത്തു തന്നെയാ.... ആർ സി സീല്.... രക്തത്തിലാ ഓൻ കടന്നുപിടിച്ചേ.... എത്ര കൊടഞ്ഞിട്ടും ഓൻ പോന്നില്ല. കഴിഞ്ഞപ്രാവശ്യം നല്ലൊരു പൈസ ഓനങ്ങ് തിന്നു.... അതിന്റൂടെ പെട്ടുപോയി തോടന്നൂരിന്റെ ഫണ്ടും.... ഇഞ്ഞീയാധാരം മാനേജറിന്റെയടുത്ത് കൊടുക്കണം പൊരേന്റെയാ.... ഒരു ലോണ് പാസാക്കിത്തരാന്ന് പറഞ്ഞിട്ടുണ്ട്. ബാങ്കീന്നു പൈസ വാങ്ങി ഇഞ്ഞ് തന്നെ ജില്ലാ കമ്മിറ്റീല് അടയ്ക്കണം...."

"രാഘവേട്ടാ ഞാൻ ഞാൻ."

"പോട്ടെടോ. ഞാനതൊന്നും മനസ്സിൽ വെച്ചിട്ടില്ല. ഇന്നെതിർത്ത് സംസാരിച്ച സുരേന്ദ്രന് പോലും എന്റെയസുഖം അറിയില്ല.... എന്തിന് എന്റെകൂടെ ഏറെക്കാലം കൊടിപിടിച്ച കൃഷ്ണനുപോലും. എന്നാലെല്ലാം പറഞ്ഞപോലെ.... ഇനീം വൈകിയാൽ ട്രെയിൻ കിട്ടൂല."

രാഘവേട്ടൻ കാറിൽ കയറിപ്പോയപ്പോഴും രമേശൻ ആ കടത്തിണ്ണയിൽത്തന്നെ തറഞ്ഞു നിന്നു. അപ്പോളയാളുടെ കാതിലേക്ക് തന്റെ കന്നി പ്രസംഗം ഇരമ്പി. ഒരു ഓർമ്മക്കുളിര് അയാളുടെ തിളച്ചുമറിയുന്ന ഹൃദയത്തിലേക്ക് അരിച്ചിറങ്ങി. മുന്നിലെ വിജനമായ ഇരുട്ടിൽ നോക്കി അയാൾ കൈ വീശി.... കാണികളുടെ ഏറ്റവും മുന്നിലിരുന്ന് മാവോ കുഞ്ഞിരാമേട്ടൻ ഉറക്കെ കൈയടിക്കുന്നതായി അയാൾക്കു തോന്നി.

# പിതൃയാനം

**ചു**രം കയറുന്നതിനിടയിൽ അയാൾ ഇടയ്ക്കിടെ അവളെ തിരിഞ്ഞുനോക്കുന്നുണ്ടായിരുന്നു അവളിപ്പോഴും അതേ ഇരിപ്പുതന്നെ. അയാൾ ഇടയ്ക്കിടെ ചെവി കൂർപ്പിച്ചു. പിറകിൽനിന്നും ഒരു തേങ്ങലെങ്കിലും ഉയരുന്നുണ്ടോ?

അയാൾക്കത്ഭുതം തോന്നി. ഒരു മൃതദേഹത്തിനരികെ ഏകദേശമൊരു പതിനാറു വയസ്സുകാരി പെൺകുട്ടിക്ക് ഇങ്ങനെ ഒരു കണ്ണീരുപോലും പൊഴിക്കാതെ ഇരിക്കാൻ കഴിയുമോ? അതും സ്വന്തം അമ്മയുടെ ശവശരീരത്തിനരികെ.

യാത്ര തുടങ്ങിയിട്ട് ഒന്നരമണിക്കൂറിലധികമായി. മെഡിക്കൽ കോളേജിൽനിന്നും ബോഡി കയറ്റുമ്പോൾ ആവശ്യത്തിന് ബന്ധുക്കളുണ്ടാവുമെന്ന് തന്നെയാണ് കരുതിയത്. എന്നാൽ ആംബുലൻസിൽ കയറാനുണ്ടായിരുന്നത് അവൾ മാത്രമായിരുന്നു.

സംശയിച്ചുനിന്ന അയാളോട് അറ്റന്റർ സദാനന്ദനാണ് പറഞ്ഞത് “ഇന്നലെ പനിയായിട്ട് കൊണ്ടു വന്നതാത്രെ.”

“വന്നപ്പഴെ കൂടുതലായിരുന്നു ഒപ്പമുള്ളത് മകളാണ്. താനതൊന്നും നോക്കണ്ട.... എരുമക്കൊല്ലിയിലാണ് വീട്.... അവിടെ കൊണ്ടിറക്കീട്ട് താനിങ്ങ് പോര് അത്ര തന്നെ.... നിർമ്മലയോട് ഞാൻ പറഞ്ഞോളാം താനല്പം വൈകൂന്ന്.”

സദാനന്ദൻ അയാളുടെ അയല്പക്കക്കാരനാണ്.... ഹോസ്പിറ്റലിലെ ആംബുലൻസ് ഇല്ലെങ്കിൽ അയാൾ ദിവാകരനെയാണ് ആവശ്യക്കാർക്ക് വിളിച്ചു കൊടുക്കുക.

വണ്ടി ചുരം കയറിക്കൊണ്ടിരുന്നു.

“വീട്ടിലാരൊക്കെയുണ്ട്?”

അതിനുത്തരം കിട്ടാതായപ്പോൾ അയാൾ പിറകോട്ടു തിരിഞ്ഞ് ചോദ്യം ആവർത്തിച്ചു.

എന്നാൽ അവൾ അയാളെ ഒന്നു നോക്കുകകൂടി ചെയ്തില്ല.

പിന്നെ അയാളൊന്നും തന്നെ ചോദിച്ചില്ല.

എരുമക്കൊല്ലിയിലെത്തിയപ്പോൾ വൈകുന്നേരമായി. "ഇനിയെങ്ങോട്ടാണ്?"

അയാളുറക്കെ ചോദിച്ചു:

"വലത്തോട്ട്"

"കൊറച്ചുപോയാൽ ഒരു കുരിശ്ശു പള്ളീണ്ട്.... അതിന്റെ മുന്നിൽ നിർത്തിയാൽ മതി."

അത്രയും നിർവ്വികാരമായ ഒരു ശബ്ദം ഇതിനുമുമ്പ് താൻ കേട്ടിട്ടില്ലെന്ന് അയാൾക്ക് തോന്നി.

അവൾ പറഞ്ഞ കുരിശ്ശു പള്ളിയുടെ അടുത്ത് അയാൾ വണ്ടി നിർത്തി. കുറച്ചകലെ ഒരു പഴയ ഓടിട്ട വീടിനടുത്ത് കുറച്ചാളുകൾ കൂടി നില്ക്കുന്നത് അയാൾ കണ്ടു.

വണ്ടി നിർത്തിയിട്ടും ആരും അടുത്തേക്ക് വരാതിരുന്നത് അയാളെ അമ്പരപ്പിച്ചു. അയാൾ റോഡിലിറങ്ങി ഒന്നുരണ്ടു തവണ ഇടംവലം നടന്നപ്പോൾ മാത്രമാണ് മൂന്നാലാളുകൾ ആംബുലൻസിനടുത്തേക്ക് വന്നത്.

ചെയ്യാനിഷ്ടമില്ലാത്ത ഏതോ കാര്യമാണ് ചെയ്യാൻ പോവുന്നതെന്ന ഭാവമായിരുന്നു അവരുടെ കണ്ണുകളിലെന്ന് അയാൾക്ക് തോന്നി. വണ്ടിയുടെ വാതിലുകൾ തുറന്നു സ്ട്രക്ചറിൽ ശവമെടുത്ത് ഒരക്ഷരം പറയാതെ അവർ മുന്നോട്ടു നടന്നു.

പുറകെ നിശ്ശബ്ദയായി പെൺകുട്ടിയും. ഇതെന്തു കൂട്ടരാണ്. ഒരാളുപോലും തന്നോടൊന്നും മിണ്ടിയില്ലല്ലോ? എപ്പോഴാണ് മരിച്ചതെന്നുപോലും ഒരാളും തന്നോട് ചോദിച്ചില്ലല്ലോ....?

വണ്ടിക്കൂലി എത്രയെന്നെങ്കിലും?

അല്പമൊന്നു വെയ്റ്റ് ചെയ്യണമെന്നുപോലും ആർക്കെങ്കിലുമൊന്നു പറയാൻ....... അതു തന്നെയല്ല മരണ വീട്ടിലേക്ക് ആളുകളൊന്നും തന്നെ പോവുന്നതും കാണുന്നില്ലല്ലോ?

ഏതോ വിചിത്ര ലോകത്തിലകപ്പെട്ടത് പോലെ അയാൾ നിന്നുപുകഞ്ഞു. അയാൾ വണ്ടിക്കുള്ളിലേക്ക് തന്നെ കയറി.

ആരും അയാളെ തേടി അങ്ങോട്ടു വന്നില്ല. മിക്കപ്പോഴും ഈ കാത്തുകെട്ടി കിടപ്പ് അയാൾക്ക് പരിചിതമാണ്. എങ്കിലും ഇന്നെന്തോ ഒരു വല്ലായ്മ അയാൾക്കനുഭവപ്പെടുന്നുണ്ട്.

ആംബുലൻസിന്റെ ഡ്രൈവറുപണി നിർമ്മലയ്ക്ക് തീരെ ഇഷ്ടമില്ലായിരുന്നു. "മരിച്ചവരുടെ ആത്മാക്കളായിട്ടാ നിന്റേച്ഛന് കൂട്ട്." പ്ലസ്ടുവിന് പഠിക്കുന്ന മകളെ നോക്കി അവൾ അയാളെ കളിയാക്കും.

ആശുപത്രി മുതൽ വീടുവരെയുള്ള ദൂരല്ലേ.... ആ ദൂരത്രയും ആത്മാക്കൾ അവരുടെ കണ്ണീരും ചിരിയും എപ്പിസോഡുകളായി പറഞ്ഞ് തീർക്കു

മെന്ന് അയാൾ മകളോടു പറയും.

അപ്പോൾ എന്റച്ഛാ. എന്റച്ഛന് പേടിയാവൂല്ലേ എന്നവൾ ചോദിക്കും. ഒരുപാട് പേരെ കരയിപ്പിച്ചോരും ചിരിപ്പിച്ചോരുമാണ് സീറ്റിൽ നീണ്ടു നിവർന്ന കിടക്കുന്നേന്നോർക്കുമ്പം ചിരിവരൂന്ന് അപ്പോളയാൾ മകളോടു പറയും.

ഒരാറുമാസം മുൻപാണ് ദിവാകരന്റെ മുറ്റത്ത് അയാളുടേതല്ലാത്ത ആംബുലൻസിന്റെ ചക്രങ്ങൾ കിതച്ചു നിന്നത്. വരാന്തയിലേക്ക് എടുത്തു വച്ച മകളുടെ വെള്ള പുതച്ച ദേഹത്തേക്ക് നിർമ്മല വീണുരുണ്ടു. അവളുടെ കവിളിലെ ചുവന്നു തിണർത്ത പാടിൽ നിർമ്മല അരുമയായി തഴുകി.

“ഇങ്ങളല്ലേനോ പറയാ ദിവാകരേട്ടാ ഇങ്ങളോട് ആത്മാക്കള് സംസാരിക്കൂന്ന്.... ഇങ്ങള് ഓളോടൊന്ന് ചോദിച്ചോക്ക്. എന്റെ പൊന്നിൻ കുടത്തിന്റെ കവിളിലെ ഈ പാടില്ലെ ഏതെവന്റെ പല്ലായിതെന്ന് ഓളോടൊന്ന് ചോദിക്ക് ദിവാകരേട്ടാ.”

അതുവരെ നിശ്ചലനായി തറഞ്ഞു നിന്ന ദിവാകരൻ ഒരലർച്ചയോടെ തന്റെ നെഞ്ചത്തൊന്നാഞ്ഞടിച്ചു.

മകളുടെ മരണത്തിൽ അയാളിൽനിന്നുണ്ടായ ഏക ശബ്ദമായിരുന്നു അത്. ദിവസങ്ങൾക്കുശേഷവും അയാളുടെ കണ്ണിൽ നോക്കി ഇങ്ങളൊന്ന് കരയെന്റെ ദിവാകരേട്ടാ എന്നു പറഞ്ഞ് നിർമ്മല കരഞ്ഞപ്പോഴും അയാളുടെ കണ്ണുകൾ ചുരത്തിയില്ല.

ഒരുമാസത്തിനുശേഷം അയാൾ മരണവണ്ടിയുടെ വളയം വീണ്ടും പിടിച്ചു.... മകളെ പീഡിപ്പിച്ചവന്റെ ചിത്രങ്ങളൊക്കെ ഇതിനകം പത്രങ്ങളിലും ടി വീലുമായി വന്നിരുന്നു.

വണ്ടിയോടിക്കുമ്പോഴൊക്കെ അവന്റെ പേര് അയാൾ വായിലിട്ടു ചവയ്ക്കും. ഡാഷ് ബോർഡിൽ സൂക്ഷിച്ചു വെച്ച നീണ്ട കഠാര അവിടെയുണ്ടെന്ന് ഉറപ്പു വരുത്തും.

അയാൾ ഡാഷ് ബോർഡ് തുറന്നു. ചോരയ്ക്കായി നാക്കു നീട്ടുന്ന ഒരു വന്യമൃഗത്തിന്റെ നാവുപോലെ കഠാര തിളങ്ങി.

ഈ ഇരുപ്പിങ്ങനെ ശരിയാവില്ല വീട്ടിലെത്തണം നിർമ്മല ഒറ്റയ്ക്കാണ്. അയാൾ വണ്ടിയിൽനിന്നിറങ്ങി.

മുറ്റത്തെത്തുമ്പോഴേക്കും ശവം കുഴിമാടത്തിലേക്ക് എടുത്തിരുന്നു. ഇത്രയും പെട്ടെന്നു ചടങ്ങുകളൊക്കെ കഴിഞ്ഞോ.?

വളരെ കുറച്ച് ആളുകൾ മാത്രമേ അവിടെയുണ്ടായിരുന്നുള്ളൂ.

എത്രയും പെട്ടെന്ന് എല്ലാം കഴിച്ചു കൂട്ടാനുള്ള തിടുക്കം അവരുടെയെല്ലാം മുഖങ്ങളിലുണ്ടെന്ന് ദിവാകരനു തോന്നി.

വണ്ടിക്കൂലി കിട്ടിയാൽ പോകാമായിരുന്നു ആരോടാണ് അന്വേഷിക്കേണ്ടത്....?

അയാൾ അടുത്തേക്ക് ചെല്ലുമ്പോൾ ഓരോരുത്തരും ഒഴിഞ്ഞുമാറി അവിടുന്ന് തന്നെ പോകാൻ തിരക്കു കൂട്ടുന്നതുപോലെ അയാൾക്കനുഭവപ്പെട്ടു.

ഒന്നയാൾക്കുറപ്പായി, എല്ലാവരും എത്രയും പെട്ടെന്ന് തിരികെ പോകാൻ ശ്രമിക്കുന്നുവെന്ന്.

കുറച്ചു കഴിഞ്ഞപ്പോൾ അയാൾ മാത്രം മുറ്റത്ത് അവശേഷിച്ചു.

അയാൾ സാവധാനം അകത്തേക്ക് കയറി. അവിടെ ഒരു മൂലയിൽ വെറും നിലത്ത് ചുമരും ചാരി അവളിരിക്കുന്നു. ഉയർത്തിവെച്ച മുട്ടിനടിയിലേക്ക് കൈ താങ്ങി തല കുമ്പിട്ടുള്ള ആ ഇരിപ്പ് അയാളെ പിന്തിരിപ്പിച്ചു.

അവളുടെ അടുത്തിരുന്ന വൃദ്ധ അപ്പോഴേക്കും പോകാനായി എഴുന്നേറ്റിരുന്നു.

അയാൾ മുറ്റത്തേക്കിറങ്ങി.... അയാൾക്ക് നന്നായി വിശക്കുന്നുണ്ടായിരുന്നു. ഉച്ചയ്ക്ക് ഒന്നും തന്നെ കഴിച്ചിരുന്നില്ലല്ലോ  ഇങ്ങോട്ടു വരുമ്പോൾ വഴിയിൽ ഒരു ചെറിയ ചായക്കട അയാൾ ശ്രദ്ധിച്ചിരുന്നു.

കടയിൽ ചായക്കടക്കാരനൊഴികെ ആരും തന്നെയുണ്ടായിരുന്നില്ല.

അയാൾ ചായകൊണ്ടുവന്നു.

“കടിക്കാനെന്താ വേണ്ടേ?”

“എന്തെങ്കിലും”

അയാൾ പ്ലേറ്റിൽ പരിപ്പു വട കൊണ്ടു വച്ചു. വടയടർത്തി വായിലേക്കിടാനൊരുങ്ങുമ്പോൾ അയാൾക്ക് അവളെ ഓർമ്മ വന്നു.

അവൾക്ക് വിശക്കുന്നുണ്ടാവില്ലേ?

അവൾ ഒന്നും കഴിച്ചിട്ടുണ്ടാവില്ല.

“രണ്ടു പരിപ്പുവട പൊതിഞ്ഞെടുത്തേക്ക്.”

അയാൾ ചായക്കടക്കാരനോടു പറഞ്ഞു.

“ഇവിടെ എവിടെ വന്നതാ....?”

“ആ തള്ളയുടെ ശവോം കൊണ്ടു വന്നതാ....”

“അവർക്ക് ആ മോളല്ലാണ്ട് വേറെയാരു ല്ലേ?”

“അതിന്റെ കാര്യം പറയാതിരിക്കുന്നതാ സാറെ ഭേദം”

“മൂത്ത ഒരുത്തനുണ്ടായിരുന്നു ആ തള്ളയ്ക്ക്.... .... സുശീലൻ.... . എന്നാ പേരു പോലല്ലായിരുന്നു അവന്റെ പ്രകൃതം.”

“ടൗണിലെങ്ങാണ്ടുള്ള ഒരു പെൺകൊച്ചിനെ എങ്ങാണ്ടൊക്കെയോ കൊണ്ടുപോയി പീഡിപ്പിച്ചിട്ട്.... അവസാനം ആ പെണ്ണിന്റെ ശരീരം ഒരു കുറ്റിക്കാട്ടീന്നാ കിട്ടീന്നാ കേട്ടേ.......”

“ഇവനെയൊക്കെ അരിഞ്ഞുകളയണം ” ചായക്കടക്കാരൻ ആത്മരോഷത്തോടെ പലഹാരപ്പൊതി അയാൾക്ക് നേരെ നീട്ടി.

ഒരു തണുപ്പ് നട്ടെല്ലിലൂടെ അരിച്ചിറങ്ങുന്നതായി അയാൾക്ക് തോന്നി. പൊതി കൈനീട്ടി വാങ്ങുമ്പോൾ അയാളുടെ കൈ വിറച്ചു.

പോക്കറ്റിൽനിന്ന് കാശെടുത്ത് മേശപ്പുറത്തേക്കിട്ട് ബാക്കിപോലും വാങ്ങാതെ അയാൾ ഇറങ്ങി നടന്നു. നടക്കുമ്പോൾ കാലു വേച്ചു പോവുന്നത് അയാളറിഞ്ഞില്ല.

ഇരുൾ മൂടിയ ആംബുലൻസിന്റെ സൈഡിൽ ചാരിനിന്ന് അയാൾ

കിതച്ചു. ആത്മവേദനയോടെ തന്റെ കൈയിലിരുന്ന പലഹാരപ്പൊതി വലിച്ചെറിഞ്ഞു.

ആംബുലൻസിന്റെ വാതിൽ വലിച്ചു തുറന്നു അയാൾ ഡ്രൈവിങ് സീറ്റിലേക്ക് കയറി. സ്റ്റിയറിങ്ങിലേക്ക് കുനിഞ്ഞു മുഖമമർത്തി. പെട്ടെന്നെന്തോ തീരുമാനമെടുത്ത പോലെ ആംബുലൻസ് സ്റ്റാർട്ടാക്കാനൊരുങ്ങി.

അപ്പോഴാണ് ഒരു നിലവിളി അയാളെ വന്ന് തൊട്ടത്. അയാൾ ഒന്നുകൂടി കാതുകൂർപ്പിച്ചു.... അതെ അത് അവളുടെ ശബ്ദമല്ലേ? എത്രയമർത്തിയിട്ടും പുറത്തേക്കു വന്ന ഒരു കരച്ചിലിന്റെ കഷണം വീണ്ടും അയാളുടെ ചെവിയിൽ വന്നു പതിച്ചു.

അയാൾ ഡാഷ് ബോർഡ് തുറന്ന് കഠാര കൈയിലെടുത്ത് മരണവീട്ടിലേക്ക് കുതിച്ചു.

മുറിയുടെ ജനലഴികൾക്കിടയിലൂടെ കണ്ട കാഴ്ച അയാളെ അമ്പരപ്പിച്ചു. നാലഞ്ചു ചെറുപ്പക്കാർക്കിടയിൽ ആ പെൺകുട്ടി കൂപ്പുകൈയോടെ.

“പീഡനക്കാരന്റെ പെങ്ങളും അറിയണമല്ലോ ആങ്ങളയുടെ കൊണവ്യതിയാരം” അവളുടെ കഴുത്തിനു കുത്തിപ്പിടിച്ച് ചുമരിനോടു ചേർത്ത് ഒരുവൻ മുരണ്ടു....

“കൊച്ചീ കൊടുത്താൽ കൊടുങ്ങല്ലൂരു കിട്ടൂന്ന് അറിയണമെടീ നിനക്കൊക്കെ” മറ്റൊരുത്തൻ അവളുടെ മുഖത്തു തലോടിക്കൊണ്ടു പറഞ്ഞു.

പൊടുന്നനെ ഒരു അലർച്ചയോടെ അയാൾ അകത്തേക്കു കുതിച്ചു. ചെറുപ്പക്കാർ നാലുപാടും ചിതറി.

“ചൊണയുണ്ടേൽ മുന്നോട്ടു വാടാ പട്ടികളേ....”കഠാര തലങ്ങും വിലങ്ങും വീശിക്കൊണ്ടയാൾ അലറി. പെട്ടെന്നുള്ള ആക്രമണത്തിൽ അവർ പകച്ചുപോയിരുന്നു. അയാൾ അവളുടെ കൈപിടിച്ച് നീട്ടിപ്പിടിച്ച കഠാരയുമായി കരുതലോടെ മുറ്റത്തേക്കിറങ്ങി.

വണ്ടി മുന്നോട്ടെടുത്തപ്പോഴും അവളുടെ വിറയൽ മാറിയിരുന്നില്ല. ചുരമിറങ്ങി കഴിഞ്ഞപ്പോഴേക്കും അവൾ ഉറങ്ങിയെന്നു അയാൾക്കു തോന്നി.

റോഡിന്റെ വശംചേർന്ന് അയാൾ വണ്ടി നിർത്തി. വെപ്രാളത്തിനിടയിൽ സീറ്റിനടിയിലേക്കൂർന്നുപോയ കഠാര അയാൾ കുനിഞ്ഞെടുത്തു....

അതിന്റെ മൂർച്ചയിലൂടെ വിരലോടിച്ചുകൊണ്ട് അയാൾ ഒന്നുകൂടി അവളെ നോക്കി.

പിറകിലേക്കു ചാരി കണ്ണടച്ചിരുന്ന അവളുടെ കവിളത്തുകൂടി ഒലിച്ചിറങ്ങിയ കണ്ണുനീർ ആംബുലൻസിനുള്ളിലെ മങ്ങിയ വെളിച്ചത്തിൽ മിന്നുന്നതയാൾ കണ്ടു

അയാൾ ഊക്കോടെ കഠാര പുറത്തേക്കെറിഞ്ഞു.... ഒരിക്കൽക്കൂടി അലിവോടെ അവളെ ഒന്നു നോക്കിയശേഷം അയാൾ വണ്ടി മുന്നോട്ടെടുത്തു.

# കാൽപ്പന്ത്

**അ**ഞ്ചാം തവണയും ലോകഫുട്ബോളറായി തെരഞ്ഞെടുക്കപ്പെട്ട ലയണൽ മെസ്സിയുടെ ബഹുവർണ്ണചിത്രം ചുമരിലൊട്ടിച്ച് മെസ്സിയെ നോക്കിയൊന്ന് കണ്ണിറുക്കി ഡാനി കുര്യൻ ഒരു 'വ്വ' ശബ്ദത്തോടെ വായുവിൽ ഒരു കിക്കെടുത്തതിന്റെ തൊട്ടടുത്ത ദിവസം തന്നെ ചുമരിൽനിന്നും മെസ്സി അപ്രത്യക്ഷനായി.

അലീനയുടെ മേശവലിപ്പിനുള്ളിലും പേരപ്പന്റെ കട്ടിലിനുള്ളിലും വരെ മെസ്സിയെ തെരഞ്ഞ് ഡാനി നിരാശനായി.... മെസ്സിയെ കിട്ടാതെ പേരപ്പന്റെ മുറിയിൽനിന്നും ഡാനി തിരിഞ്ഞത് നേരെ പേരപ്പന്റെ മുന്നിലേക്ക് തന്നെയായിരുന്നു....

"പേരപ്പാ മെസ്സിയെ കാണാനില്ല, പേരപ്പനെങ്ങാനും കണ്ടോ....?"

"പിന്നില്ല്യോ അവനെന്റെ കീശയിൽ കയറി ഒളിച്ചിരിക്കുവല്ല്യോ...."

പേരപ്പൻ കൈലിമുണ്ട് പൊക്കി ട്രൗസറിന്റെ കീശ പിടിച്ചാട്ടി.

ഡാനി സംശയത്തോടെ പിന്തിരിഞ്ഞ് നോക്കിയാണ് പേരപ്പനെ വിട്ടകന്നത്.... ഓർക്കുന്തോറും ഡാനിക്ക് കലിയടങ്ങുന്നില്ല.... ഇതിങ്ങിനെ ആദ്യത്തേതല്ല.... കഴിഞ്ഞയാഴ്ചയിലൊട്ടിച്ച സെർജിയോ റെമോസ്, തൊട്ട് മുമ്പത്തെ മാസം ഒട്ടിച്ച കോപ്പ അമേരിക്കയിലെ ചിലിയുടെ വിജയാഹ്ലാദം എന്നിവയെല്ലാം തുടർച്ചയായി നഷ്ടപ്പെട്ട ചുമർചിത്രങ്ങളാണ്.... ഇതെപ്പോൾ എങ്ങനെ അപ്രത്യക്ഷമാവുന്നതെന്ന് ഡാനി എത്ര ആലോചിച്ചിട്ടും പിടികിട്ടിയിട്ടില്ല.... ഇത്തവണയും ഡാനി സംശയത്തിന്റെ കുന്തമുനകൾക്കൊണ്ട് ഓരോരുത്തരെയും തൊട്ട് നോക്കി. പപ്പയെ, അലീനയെ, മമ്മിയെ, പേരപ്പനെ....

പപ്പയ്ക്ക് ഫുട്ബോൾ പ്രിയപ്പെട്ടതാണ്.... അതുകൊണ്ട് പപ്പയൊരിക്കലും ചെയ്യുകേല.... മമ്മിക്കാണെങ്കിൽ മെസ്സിയെപ്പോയിട്ട് തങ്ങളെ

നോക്കാൻപ്പോലും സമയമില്ല. ഏതു സമയോം പറമ്പിലും തൊഴുത്തിലുമാ.... അലീനയ്ക്കാണേൽ മിനിമം ഒരു കസേരയെങ്കിലും വലിച്ചിട്ടാൽ മാത്രമേ മെസ്സിയുടെ അരികിനെങ്കിലും പിടിക്കാൻ പറ്റൂ.... അപ്പോൾ അവളുമല്ല.... പിന്നെയാര് പേരപ്പനോ.... പേരപ്പനാണെങ്കിൽ ഒരു കളിയും ഇഷ്ടമല്ല....

എല്ലാ കളികളും വന്യമായ കീഴടക്കലാണെന്ന് പേരപ്പൻ കരുതുന്നു.... അതെങ്ങനെയെന്ന് സംശയിക്കുന്ന ഡാനിയുടെ പപ്പ ജോസഫിന്റെ മുന്നിൽ കുഞ്ചെറിയ വാചാലനായിട്ടുണ്ട്. അവ താഴെ പറയും പ്രകാരമാണ്.

വോളിബോൾ.... കളിയുടെ തുടക്കത്തിൽ അരുമയോടുള്ള കോരിയെടുക്കലിന് പന്ത് വിധേയമാകാറുണ്ടെങ്കിലും ആ കോരിയെടുക്കൽ സമർത്ഥമായ കബളിപ്പിക്കലാണ്.... ഉയർത്തി അടിക്കാൻ പോകുന്നതിനു മുമ്പേയുള്ള ഒരിനം തലോടൽ.

ചതുരംഗം.... ഇരു വശത്തുനിന്നും ഇഴഞ്ഞും കുതികാൽ വെട്ടിയും ചിനച്ചും മദിച്ചും ഒടുവിൽ രാജാവിനെ വളഞ്ഞ് ഒരു ധൃതരാഷ്ട്രാലിംഗനത്തിന് പാകമാക്കി ശ്വാസം മുട്ടിച്ചങ്ങനെ....

കാരംസ്.... എല്ലാവരേയും മുന്നോട്ടേക്ക് കൊണ്ടുപോയി ഒരു പടുകുഴിയുടെ വക്കത്തെത്തിച്ച് പൊടുന്നനെ തിരിഞ്ഞ് ഒന്നു വഴുതിമാറാനുള്ള സമയംപോലും കൊടുക്കാതെ അഗാധതയിലേക്കൊരു തള്ളൽ....

ഫുട്ബോൾ .... ഒരു ഇരയെ ചുറ്റുപാടുനിന്നും ഓടിച്ചിട്ട് പിടിക്കുന്ന പോലെയാണിത്.... എല്ലാവരാലും കീഴടക്കപ്പെടാൻ വിധിക്കപ്പെട്ടുപോയ ഒരു പെണ്ണിന്റെ ദുർവ്വിധിയാണ് ഓരോ പന്തിനും.

ഫുട്ബോൾ ലോകകപ്പ് ഫൈനൽ മത്സരം നടക്കുമ്പോൾ ഡാനിയും കൂട്ടുകാരും പപ്പയുമടക്കം ഹാളിലെ ടി വിക്കു മുന്നിൽ വീർപ്പടക്കിയിരിക്കെ പേരപ്പൻ മുറിയിൽക്കയറി വാതിൽ കൊട്ടിയടച്ചത് എല്ലാവരും കണ്ടതാണ്. തഴുതിട്ട വാതിലിനപ്പുറം പേരപ്പന്റെ മുറിയിൽ ഒരു ഗാലറി മുഴുവൻ അലറിയാർക്കുന്നത് അവരാരും കണ്ടതുമില്ല.

ജർമ്മനി അർജ്ജന്റീനയെ നേരിടുന്ന അതേ സമയത്ത് കുഞ്ചെറിയ തന്റെ മുറിയിൽ ഒരു സമാന്തര കളിക്കളം സൃഷ്ടിച്ചു. പുറത്ത് ഹാളിൽ ഡാനിയും കൂട്ടുകാരും ഉദ്വേഗത്തിന്റെ മുൾമുനയിൽ നില്ക്കുമ്പോൾ അകത്ത് കുഞ്ചെറിയയുടെ മുറിയിൽ മറഡോണ, നെയ്മർ, മെസ്സി, ക്രിസ്റ്റ്യാനോ റൊണാൾഡോ, ക്ലിൻസ്മാൻ, സിനദിൻസിദാൻ, ലൂക്കാമോഡ്രിച്ച്, ഹിഗ്വിറ്റ, വെയ്ൻറൂണി, ബോബി ചാൾട്ടൻ, സെർജിയോ റെമോസ് തുടങ്ങിയവർ കോച്ച് സ്കൊളാരിയെ വന്ദിച്ചിറങ്ങി. അവരെ നേരിടാൻ കുഞ്ചെറിയ തന്റെ ചുണക്കുട്ടികളെ ഇറക്കി....

നീണ്ട ഒരു മാസത്തെ പ്രയത്നത്തിലൊടുവിലാണ് ലോക ഇലവനെ നേരിടാൻ കുഞ്ചെറിയ തന്റെ ടീമിനെ രൂപപ്പെടുത്തിയെടുത്തത്. തെങ്ങുകയറ്റക്കാരനായിരുന്ന കുമുദം കണാരച്ചനെ ഗോളിയായി അവരോധിച്ചപ്പോൾ കണ്ണിൽ സന്തോഷം പൊഴിച്ച് കുമുദം കണാരച്ചൻ കുഞ്ചെറിയാ

യുടെ കാല്ക്കലേക്ക് വീണു.... പ്രായംകൊണ്ട് കോടിപ്പോയ കണാരച്ചന്റെ ചുമലുകളിൽ പിടിച്ചെഴുന്നേല്പിച്ച് കുഞ്ചെറിയ പറഞ്ഞു.... "കണാരാ നമ്മടെ നാടിനെ നീ നാണം കെടുത്തരുത് കണാരാ...."

നരിപ്പാറകണാരൻ, ചുക്കുകിട്ടൻ, പൊടിവാറ്റി അന്ത്രു, മുണ്ടവയലിൽ നാരായണൻ, കൊയിറ്റിക്കണ്ടി കിട്ടൻ, ബാർബർ നാണു, ഒ സി ജോർജ്, പുല്ലാട്ട് കുര്യാച്ചൻ, കല്ലൂക്കണ്ടിഅമ്മദ്, കുമുദം കണാരച്ഛൻ,.... തോട്ടക്കാട് അപ്പു,.... കളിക്കളത്തിലേക്കിറങ്ങുന്നവരുടെ തലയിൽ കൈവെച്ചനുഗ്ര ഹിക്കുമ്പോൾ കുഞ്ചെറിയ സ്കൊളാരിയെ നോക്കി ചുണ്ട് കോട്ടി.

റഫറിയുടെ വിസിൽ മുഴങ്ങിയപ്പോൾ കുഞ്ചെറിയയുടെ കുട്ടികൾ മൈതാനത്തിന്റെ വിവിധയിടങ്ങളിൽ ജാഗരൂകരായി.... ഹിഗ്വിറ്റ നീട്ടിയ ടിച്ച പന്ത് കൈയടക്കി പൊടിവാറ്റി അന്ത്രുവിനെ വെട്ടിച്ച് മുന്നോട്ടു കുതിച്ച നെയ്മർ വലത് വിങ്ങിലൂടെ പെനാൽറ്റി ഏരിയയിൽ എത്തിയെ ങ്കിലും വൻമല പോലെ നിന്ന പുല്ലാട്ട് കുര്യാച്ചനെ മറികടക്കാനാവാതെ തൊട്ടുപിറകിൽ ഉണ്ടായിരുന്ന മറഡോണയ്ക്ക് കൈമാറി. ഇടതു വിങ്ങി ലൂടെ കുതിച്ചു വന്ന മറഡോണയുടെ കൂറ്റനടിയിൽ വല കുലുങ്ങുന്ന തിന് മുമ്പേ കുമുദം കണാരച്ഛൻ പറന്നുയർന്നു പന്തു കൈപ്പിടിയിലൊ തുക്കി.... ഗോൾ മുഖത്തു പതറി നിന്ന മറഡോണയുടെ അടുത്തേക്കു നീങ്ങി. കുമുദം കണാരച്ഛൻ ഗോപ്യമായി മന്ത്രിച്ചു.... കൈകൊണ്ടടിക്ക ല്ലെടാ മയിരാ....

കുഞ്ചെറിയയുടെ കുട്ടികൾ ഒരിക്കൽപ്പോലും എതിർ ഗോൾവല ചലി പ്പിച്ചില്ല.... ഒരോറ്റ ഗോളും എറ്റുവാങ്ങിയില്ല. ഇനിയും വിത്തുകൾ വീഴാത്ത ഗർഭപാത്രം പോലെ ഗോൾവല ഒഴിഞ്ഞു തന്നെ കിടന്നു.

ഒരു വേള കളിക്കിടയിൽ പ്രകോപിതനായി സിനദിൻ സിദാൻ നരി പ്പാറ കണാരന്റെ നെഞ്ചിന് നേരെ തലകുനിച്ച് ഇടിച്ചു.... പോ കുരിപ്പേ ഇഞ്ഞെന്നോടാ കളി.... എന്നും പറഞ്ഞ് നരിപ്പാറ കണാരൻ ഒരൊറ്റ കുനി യൽ.... ഡപ്പേന്ന് സിദാൻ താഴെ.... നടുക്കത്തോടെ ബഞ്ചിൽ നിന്നുമെഴു ന്നേറ്റ് പതിവ് ചിന്നം വിളിക്കു മുതിർന്ന കോച്ച് സ്കൊളാരിയുടെ നേരെ ചൂണ്ടുവിരൽ വായിലേക്കിട്ട് ഇളക്കികാണിച്ചു കുഞ്ചെറിയ.

സ്കൊളാരിയുടെ കുട്ടികൾ കളിക്കിടയിൽ പലപ്പോഴും സ്ഥലകാല വിഭ്രമത്തിലകപ്പെട്ടു. റൊണാൾഡോയുടെ കാൽത്തോക്കിൽനിന്നും നിറ യൊഴിക്കപ്പെട്ട പന്ത് സ്വന്തം ഗോൾവല കുലുക്കി. സെൽഫ്ഗോളിന്റെ അപമാനത്തിൽനിന്നും മോചിതനാവാതെ റൊണാൾഡോ ഗോൾമുഖത്ത് വീണു കിടന്നു.

ആയൊരൊറ്റ ഗോളിൽ സ്കൊളാരിയുടെ കുട്ടികൾ തലകുനിച്ച് മൈതാനത്തിന് പുറത്തേക്കിറങ്ങുമ്പോൾ നരിപ്പാറ കണാരൻ തലേന്ന് വൈകിട്ട് ചെത്തിയൂറ്റിയ അന്തിക്കള്ള് നുരയിട്ട് കുഞ്ചെറിയായുടെ മുഖ ത്തേക്ക് തെറിപ്പിച്ചു. അപ്പോഴേക്കും വാതിലിന് പുറത്ത് ഡാനിക്കും കൂട്ടു കാർക്കും മുന്നിൽ അർജ്ജന്റീന ജർമ്മനിക്കു മുമ്പിൽ തലകുനിച്ച് കളി ക്കളം വിടുകയായിരുന്നു.

മെസിയുടെ ചിത്രം ചുമരിൽനിന്നും അപ്രത്യക്ഷമായ അന്ന് രാത്രി പേരപ്പന്റെ മുറിയിലേക്ക് ജോസഫ് കയറി ചെല്ലുമ്പോൾ കുഞ്ചെറിയ തന്റെ തകരപ്പെട്ടി തൂത്തു തുടയ്ക്കുകയായിരുന്നു.

"പേരപ്പനെന്താ കാൽപ്പന്തിനോടിത്ര ദേഷ്യം.... ഒന്നുമില്ലേൽ വെട്ടുകാട്ടിൽ ഉലഹന്നാന്റെ മോൻ തന്നെയല്ലിയോ പേരപ്പൻ.... പേരപ്പനിതെന്നാ ഭാവിച്ചോണ്ടാ.... പേരപ്പാ ഇത് പണ്ടത്തെ കാലോന്നുവല്ല.... പിള്ളേര് കൈവെക്കാത്തത് ഈ ജോസൂട്ടീടെ പേരപ്പനായതോണ്ടാ...." കുഞ്ചെറിയ തുടച്ചുകൊണ്ടിരുന്ന തുണിയൊന്ന് വിടർത്തിക്കുടഞ്ഞ് പിന്നെയും തുടയ്ക്കൽ തുടർന്നു.

"പേരപ്പാ ഈ വീട്ടിനകത്തും പൊറത്തുമായി കക്കൂസ് നാലാ.... എന്നിട്ടുമെന്തിനാ കുട്ടികള് ഫുട്ബോള് കളിക്കുന്ന ആ മൈതാനത്ത് അതും ഗോൾ വലയ്ക്കുള്ളിൽപ്പോയി അന്തിക്ക് പേരപ്പൻ തൂറിയത്.... ? പേരപ്പന് ഈ വീട്ടിനുള്ളിൽ വെച്ചങ്ങ് പെടുക്കിയാൽ പോരാഞ്ഞോ.... പേരപ്പനെന്താ ഫുട്ബോളിനോടിത്ര ദേഷ്യം. പറ പേരപ്പാ.... പറ...."

ഒരു നിമിഷം കുഞ്ചെറിയ ജോസഫിനെ തുറിച്ചു നോക്കി.... പിന്നെ തന്റെ മടിയിലിരിക്കുന്ന തകരപ്പെട്ടിയെയും.... ഒടുവിൽ കുഞ്ചെറിയ തന്റെ തകരപ്പെട്ടി തുറന്നു.... പെലെ മുതൽ മർത്തിയോ ഡാർമിയൻ വരെയുള്ള കളിക്കാർ തകരപ്പെട്ടിയിൽനിന്നും പുറത്തിറങ്ങി.... മൈതാനങ്ങളിൽ ഗോൾമഴ തീർത്തവരുടെ പത്രകട്ടിങ്ങുകൾ, വിവിധ വർണ്ണങ്ങളിലുള്ള സ്റ്റിക്കറുകൾ.... ഇന്ന് കാണാതായ മെസ്സി, കഴിഞ്ഞയാഴ്ചയിലെ സെർജിയോ റെമോസ്.... ജോസഫിന്റെ കണ്ണുകൾ പുറത്തേക്കു തള്ളി....

ഇരു വശങ്ങളിൽനിന്നും പൂപ്പല് കയറിയ ഒരു ബ്ലാക്ക് ആന്റ് വൈറ്റ് ഫോട്ടോ കുഞ്ചെറിയ ജോസഫിന്റെ നേരെ നീട്ടി....... വലിയൊരു ട്രോഫിയുമായി നില്ക്കുന്ന ഒരു പതിമൂന്നു വയസുകാരൻ പയ്യൻ.... ഡാനി.... ഡാനിയുടെ അതേ മുഖം.... എന്നാൽ ഹെയർസ്റ്റൈൽ അതുപോലെയല്ല.... ജോസഫിനൊന്നും പിടുത്തം കിട്ടിയില്ല.

"എന്നതാ നിനക്കൊന്നും പിടികിട്ടിയില്ലേ.... കൂവേ....? നിന്റെ ഈ പേരപ്പൻ തന്നെയാടാ ഇത്.... നോക്കെടാ ജോ.... നോക്ക്. ഞങ്ങടെ സെവൻസ്റ്റാർ ക്ലബ് പൂതമ്പാറ റെഡ് സ്റ്റാറിനെ മലർത്തിയടിച്ചപ്പോൾ കിട്ടിയതാ .... നിന്റെ പേരപ്പന്റെ ഒറ്റ ഗോളിനാ അവൻമാര് തോറ്റെ...." ജോസഫ് പേരപ്പൻ നീട്ടിയ ഫോട്ടോയിലേക്ക് നോക്കി.... താഴെ നിന്നും മുകളിലേക്ക് പടർന്ന പച്ചപൂപ്പൽ പേരപ്പന്റെ ട്രൗസറിന്റെ അടിഭാഗം വരെയെത്തിയിരിക്കുന്നു.

"എന്നതാ ഉവ്വെ നിനക്ക് വിശ്വസിക്കാനൊരു വിമ്മിട്ടം...." കുഞ്ചെറിയ ജോസഫിന്റെ ചുമലിൽ പിടിച്ചു കുലുക്കി..... കുഞ്ചെറിയയുടെ കണ്ണുകളിൽ നനവ് പടർന്നിരിക്കുന്നതയാൾ കണ്ടു.... ആ നനവിൽ പതിമൂന്നു വയസ്സുകാരനായ കുഞ്ചെറിയയെ ജോസഫ് കണ്ടു.... കുഞ്ചെറിയയുടെ അപ്പൻ ഉലഹന്നാനെ കണ്ടു.... കുണ്ടുതോട്ടിലെ സെന്റ് ജോസഫ് പള്ളിയിലെ മൈതാനത്ത് ഉരുളുന്ന പന്തിനെ കണ്ടു.

കുഞ്ചെറിയായുടെ അപ്പൻ വെട്ടുകാട്ടിൽ ഉലഹന്നാൻ നാട്ടിലെ കാൽപ്പന്തു കളിയുടെ തലതൊട്ടപ്പനാണ്.... ഉലഹന്നാന്റെ സെവൻ സ്റ്റാർ ടീമിനെ തോല്പിക്കുകയെന്നത് മറ്റ് ടീമുകളുടെ ചിരകാല സ്വപ്നമാണ്. കഴിഞ്ഞ സീസണിൽ ഒറ്റത്തവണ മാത്രമാണ് സെവൻസ്റ്റാർ തോല്വിയറിഞ്ഞത്....

ഉലഹന്നാൻ ചേട്ടൻ അഞ്ചാം പനിപിടിച്ച് കിടപ്പിലായതോണ്ടാ ഇല്ലെങ്കിൽ കാണാമായിരുന്നു.... അല്ല പിന്നെ.... ടീമിൽ തന്നെയുള്ള വറീതിന്റെ ഭാര്യ കൊച്ചന്ന സെവൻസ്റ്റാർ തോറ്റയന്ന് രാത്രിയിൽ നടത്തിയ ആത്മഗതം ഒരു തലയാട്ടലിലൂടെ വറീത് ശരിവെച്ചു.

അപ്പൻ ചുമ്മാ നടക്കുമ്പോഴും അപ്പന്റെ മുന്നിൽ ഒരു പന്തുരുളുന്നുണ്ടെന്ന് കുഞ്ചെറിയയ്ക്കു തോന്നും.... അപ്പന്റെ മുന്നിൽ വീട്ടിലെ പൂച്ച പോലും ചുമ്മാ കിടക്കില്ല. അപ്പൻ കാലു മടക്കി ഒറ്റ തൊഴിയായിരിക്കും.... അപ്പന്റെ വിളിപ്പുറത്ത് അമ്മച്ചിയെത്തിയില്ലെങ്കിലും ഇത് തന്നെയായിരിക്കും അമ്മച്ചിയുടെയും സ്ഥിതി....

ദിവസവും കളി കഴിഞ്ഞ് വൈകുന്നേരം കുളിക്കുന്നതിന് മുമ്പേ കേളപ്പൻ വൈദ്യരെക്കൊണ്ട് പ്രത്യേകം തയ്യാറാക്കിച്ച തൈലക്കൂട്ട് മുട്ടിന് താഴെ ഇരു കാലിലും അപ്പൻ തേച്ചുപിടിപ്പിക്കും.... അപ്പനന്നേരം തന്റെ ചുറ്റിനും നടക്കുന്നതുപോലും അറിയില്ല. അപ്പന്റെ ലോകം മുഴുവനും അപ്പന്റെ കാലിലേക്ക് ചുരുങ്ങും.... അപ്പന്റെ ശരീരം മുഴുവൻ അപ്പന്റെ കാലിലേക്ക് ചുരുങ്ങും.... അപ്പന്റെ കണ്ണും കാതും കരളും തലയുമെല്ലാം അപ്പന്റെ കാലിലേക്ക് ഇറങ്ങിവരും.... അപ്പനെ നോക്കി നില്ക്കുന്ന കുഞ്ചെറിയായ്ക്ക് അപ്പനെത്തന്നെ വലിയ രണ്ടു കാലുകളായി തോന്നും.... തൈലമിനുപ്പിൽ എഴുന്നു നില്ക്കുന്ന ഞരമ്പുകൾ അപ്പന്റെ വിരൽ സ്പർശത്താൽ തുടിച്ചിളകും....

ആ നാട്ടിലെ ഭൂരിപക്ഷം സ്ത്രീകളും തങ്ങളുടെ ഭർത്താക്കന്മാരുടെ കാലുകൾ ഉലഹന്നാന്റേതുപോലെ ആയിരുന്നെങ്കിലെന്ന് രഹസ്യമായി മോഹിച്ചു. ഉലഹന്നാന്റെ കാലുകളാണ് തങ്ങളുടെ കാലുകളെ ചുറ്റിപ്പിണയുന്നതെന്ന് സങ്കല്പിച്ച് പലപ്പോഴും അവർ രതിമൂർച്ഛയിൽ കുറുകി.

അപ്പൻ കളിയിൽ തനിക്ക് സംഭവിക്കാവുന്ന പിഴവുകൾ പോലും നേരത്തെ കണ്ടറിഞ്ഞ് മുൻകൂട്ടി തിരുത്തുന്നത് തന്റെ മുന്നിലുള്ള ഓരോന്നിനേയും ഫുട്ബോളായി കണ്ടുകൊണ്ടായിരുന്നുവെന്ന് കുഞ്ചെറിയായ്ക്ക് തോന്നിയിട്ടുണ്ട്. കളിക്കളത്തിൽ പന്തിന് പിന്നിൽ ഓടുമ്പോഴും കാല് പിഴച്ചാൽ തനിക്ക് കിട്ടാനിടയുള്ള അപ്പന്റെ കാൽമടക്കിയുള്ള തൊഴികളെ കുഞ്ചെറിയ മുൻകൂട്ടി കണ്ടു.

എങ്കിലും ഓരോ കളികഴിയുമ്പോഴും ഏറ്റക്കുറച്ചിലോടെ കുഞ്ചെറിയ അപ്പന്റെ മുന്നിൽ ഉരുണ്ടു. ഉരുളലിനൊടുവിൽ പിടഞ്ഞെണീറ്റ് കുഞ്ചെറിയ പതിവുപോലെ കുതിക്കും.... കദളിക്കാട്ടിലെ റബ്ബർത്തോട്ടത്തിലേക്ക്.... റബ്ബർ മരത്തിൽ ചാരിനിന്ന് കിതപ്പോടെ തീർച്ചപ്പെടുത്തും അടുത്ത കളിക്ക് അപ്പന്റെ വക തൊഴി ഏറ്റു വാങ്ങില്ലെന്ന്....

അന്നും അപ്പന്റെ വക കനത്തൊരു കിക്ക് ഏറ്റുവാങ്ങി റബ്ബർ തോട്ടത്തിലെത്തിയതായിരുന്നു കുഞ്ചെറിയ. അന്തീനാട്ട് തൊമ്മന്റെ റബ്ബർക്കത്തി വരഞ്ഞിട്ടുപോയ പോളകളിൽ ഉറഞ്ഞുകൂടിയ റബ്ബർപാൽ നഖംകൊണ്ട് ചുരണ്ടിയെടുക്കുമ്പോഴായിരുന്നു റബ്ബർക്കാടിളക്കി മറിച്ച് സൂസന്ന കുതിച്ചോടി വരുന്നത് കണ്ടത്.... പിറകെ അപ്പനും.... അതിനും പിറകെ മജീദിന്റെ ബാപ്പ മമ്മത്ക്കാ....

മൈതാനത്ത് പന്തിന് പിറകെ വീറോടെ ഓടുന്ന അപ്പനും മമ്മതിക്കയും.... വളഞ്ഞും പുളഞ്ഞും മുന്നോട്ടോടിയ സൂസന്നയെ വലതു വിങ്ങിലൂടെ പാഞ്ഞു വന്ന അപ്പൻ ഇടംകാലുയർത്തി മടക്കിയടിച്ചു. ഒരു നിലവിളിയോടെ അപ്പന്റെ കാലിലേക്കൂർന്ന സൂസന്നയെ മമ്മതിക്ക പൊന്തക്കാടിനുള്ളിലേക്ക് വലിച്ചിഴച്ചു. അപ്പനും പൊന്തക്കാടിലേക്ക് നൂണ്ടു കയറി. അല്പനിമിഷത്തിനകം പൊന്തക്കാടുകൾ ഗോൾവല കുലുങ്ങുന്നതു പോലെയിളകിയപ്പോൾ അവൻ കിതപ്പോടെ കണ്ണിറുക്കിയടച്ച് താഴേക്കൂർന്നു....

പിന്നീട് കണ്ണ് തുറന്നപ്പോൾ പൊന്തക്കാടുകളെ വകഞ്ഞുമാറ്റി പുറത്തേക്കിറങ്ങിവരുന്ന അപ്പനെയാണ് കുഞ്ചെറിയ കണ്ടത്.... ഗോളടിച്ചു കഴിയുമ്പോൾ ചെയ്യുമ്പോലെ അപ്പനപ്പോൾ മഞ്ഞബനിയൻ ഊരി വലംകൈകൊണ്ട് തലയ്ക്കുമുകളിൽ ചുഴറ്റിക്കൊണ്ടിരുന്നു.

പിറ്റേന്ന് വൈകുന്നേരം താഴത്തങ്ങാടിയിലെ മൈതാനത്ത് പൂതമ്പാറ സ്പോർട്സ് ക്ലബ്ബുമായി അണ്ടർ ഫിഫ്റ്റീനിൽ ഏറ്റുമുട്ടുമ്പോൾ വലതു വശത്ത് നിന്ന് കുറിയാനി പാപ്പച്ചൻ നീട്ടിത്തന്ന പാസുമായി ഗോൾമുഖത്തേക്ക് കുഞ്ചെറിയ കുതിച്ചു. ഗോൾമുഖത്ത് പതറി നില്ക്കുന്ന ഗോളി പരുന്തുമജീദിനും കുഞ്ചെറിയയ്ക്കും മുമ്പിൽ പന്തുമാത്രം....

വലതുകാലുയർത്തി കുഞ്ചെറിയ നീട്ടിയടിക്കാനൊരുങ്ങവേ പന്ത് കൺതുറന്നു, പുരികക്കൊടിയുയർത്തി, മുടി ഇരുവശത്തേക്കും വിഭ്രാന്തിയാൽ പറത്തി, ചുണ്ടുകൂർപ്പിച്ച് സൂസന്നയായ് കരഞ്ഞു.... മുന്നോട്ടാഞ്ഞ കാല് ചലിപ്പിക്കാനാവാതെ നിശ്ചലനായ കുഞ്ചെറിയായുടെ കാല്ക്കീഴിൽനിന്നും അനായാസം പന്തിനെ കോരിയെടുത്ത് എതിർമുഖത്തേക്ക് നീട്ടിയടിച്ചു പരുന്തു മജീദ്....

കളിക്കൊടുവിൽ അപ്പന്റെ സിസർക്കട്ടിൽനിന്നും തലനാരിഴയ്ക്ക് ഒഴിഞ്ഞുമാറി കുഞ്ചെറിയ വീട്ടിലേക്ക് കൂതിച്ചു. ഉന്നം തെറ്റിയ കലിപ്പിൽ വീട്ടിലേക്ക് കുതിച്ചെത്തിയ ഉലഹന്നാൻ എന്നെപ്പോലെ ഇവനും നല്ലൊരു കളിക്കാരനാവുമെന്നാ ഞാൻ കരുതിയേ.... ഒരു ഉണ്ണാക്കനെയാണല്ലോടി നീയെനിക്കു തന്നെ എന്നും പറഞ്ഞ് അമ്മച്ചിയുടെ ചന്തിയിൽ കാല്മടക്കിയടിച്ചു. അമ്മച്ചി മുറ്റത്തെ ചരലിലേക്ക് മുഖമടിച്ച് വീഴുന്നത് കണ്ട് കുഞ്ചെറിയ റബ്ബർത്തോട്ടത്തിലേക്കോടി. അന്ന് മുതൽ കുഞ്ചെറിയ കളിക്കളത്തിൽനിന്നുമകന്നു.... കാൽപ്പന്തിൽനിന്നുമകന്നു.

മണ്ടേപ്പാറയിൽ വാട്ടുകപ്പയുണക്കുന്നതിനിടയിൽ അപ്പന്റെ കാല് കുടുങ്ങുന്നതിനായി പലവട്ടം കരിയിലകൾകൊണ്ട് പാറയുടെ വിള്ളലു

കൾ മറച്ചെങ്കിലും കുഞ്ചെറിയ നിരാശനായി.... പലരാത്രിയിലും അപ്പന്റെ കാല് ഒറ്റവെട്ടിന് രണ്ട് കഷണമാക്കുന്നത് കുഞ്ചെറിയ സ്വപ്നം കണ്ടു. കാല്മുട്ടിൽനിന്നും വേർപ്പെട്ട കാല് പുളിന്തറപാപ്പന്റെ റബ്ബർമെഷീന്റെ റോളറുകൾക്കിടയിലൂടെ കടത്തിവിട്ട് ആർത്തു ചിരിച്ചു കുഞ്ചെറിയ....

കുഞ്ചെറിയയുടെ ആഗ്രഹം പോലെ ഒരിക്കൽ കാല് മുറിച്ചു കളയേണ്ടി വന്നു ഉലഹന്നാന്.... റബ്ബർതോട്ടത്തിൽനിന്നും തറച്ചുകയറിയ ഒരു കുറ്റിയിൽനിന്നും വ്രണത്തിന്റെ പൂക്കൾ മൊട്ടിട്ട് കാല്വെള്ളയിൽ വിരിഞ്ഞു. പൂമണം തേടിയെത്തിയ ഈച്ചകളെ ഉലഹന്നാൻ പുളിച്ച തെറി കൊണ്ടാട്ടി.... എന്നിട്ടുമവർ കൂട്ടമായെത്തി കാറ്റിൽ പൂമണം പരത്തി....

പെരിയ ഡോക്ടറുടെ ഓയിൽമെന്റിനോ കേളപ്പൻ വൈദ്യരുടെ തൈലത്തിനോ മൂടിവെക്കാനാവാത്ത വിധം പഴുപ്പ് ഗന്ധം പരന്നപ്പോൾ ഉലഹന്നാന് തന്റെ ഇടം കാലുപേക്ഷിക്കേണ്ടി വന്നു. ആശുപത്രിയിൽ നിന്നും ഒറ്റക്കാലനായി വന്ന ദിവസം തന്റെ തകരപ്പെട്ടി തുറന്ന് കുഞ്ചെറിയ ഒരു കടലാസുപൊതി തുറന്നു.... സൂസന്നയ്ക്ക് കുഞ്ചെറിയ പള്ളിപ്പെരുന്നാളിന് വാങ്ങിക്കൊടുത്ത കുപ്പിവളത്തുണ്ടുകളിൽ അമർത്തി ചുംബിച്ചു.

അപ്പന്റെയും മജീദിന്റെ ഉപ്പയുടെയും ഗോൾവേട്ടയ്ക്കിടയിൽ അടർന്നു വീണ ആ വളപ്പൊട്ടുകൾ കുഞ്ചെറിയായെ നോക്കി അലിവോടെ ചിരിച്ചപ്പോൾ കുഞ്ചെറിയായ്ക്ക് പ്രായം ഇരുപത്തിനാല്.... സൂസന്നയും കുടുംബവും ആ നാടു വിട്ട് പോയിട്ട് അന്നേക്ക് പതിനൊന്നു വർഷം.... നീറ്റിക്കോട്ടപുഴ ഇറങ്ങികിടക്കുമ്പോഴെങ്കിലും അവളൊന്ന് തിരിഞ്ഞുനോക്കുമെന്ന് വിചാരിച്ചിട്ട് ഇന്നേക്ക് എഴുപത്തി രണ്ട് വർഷം....

“ഇനി പറയെടാ ഉവ്വേ.... പറയ് ഈ പേരപ്പന് കാൽപ്പന്ത് അലർജിയാന്നോന്ന്.... മനസ്സിൽ പന്തുരുളാൻ തുടങ്ങുമ്പോഴേക്കും അപ്പന്റെയാ മുടിഞ്ഞ കാല് ഓർമ്മ വരും.... സൂസന്നയെ ഒറ്റച്ചവിട്ടിന് താഴെയിട്ട ആ മുടിഞ്ഞ കാലേ.... അതോണ്ടാ.... അതോണ്ടാന്നേ....”

കുഞ്ചെറിയ മുന്നിലെ തകരപ്പെട്ടിയിൽ മുഖം ചേർത്ത് തേങ്ങി.... നിലത്തേക്കിരുന്ന ജോസഫ് മെല്ലെ പേരപ്പന്റെ കാല്മുട്ടിൽ തൊട്ടു.... പിന്നെ സാവധാനം മുട്ടിൽനിന്നും താഴേക്ക് മൃദുവായി തലോടി....

# ഉസ്താദ് ഈസ്സ

**മും**താസ് സൂപ്പർ മാർക്കറ്റ്, മുംതാസ് സാരീസ് സെന്റർ, മുംതാസ് ബ്യൂട്ടി പാർലർ, മുംതാസ് ട്രാവൽസ് എന്നിങ്ങനെ മുംതാസിൽ തുടങ്ങുന്ന നഗരത്തിലെ വിവിധ സ്ഥാപനങ്ങളുടെ മേൽനോട്ടക്കാരനാണ് സതീശൻ.

ഈ സ്ഥാപനങ്ങളിലെല്ലാം സതീശന്റെ നോട്ടം കൃത്യമായിട്ടെത്താൻ ഒരു വണ്ടിയും വാങ്ങിക്കൊടുത്തിട്ടുണ്ട് മുംതാസിന്റെ ബാപ്പ അസ്സൈനാർ കുഞ്ഞ്. ജീപ്പിന്റെ ചില്ലിനു മുകളിലുമുണ്ട് മുംതാസ് എന്ന് നീല നിറത്തിൽ ചെരിച്ചെഴുതിയ സ്റ്റിക്കർ.

സതീശനെ അസ്സൈനാർകുഞ്ഞിന് ഇഷ്ടമാണെങ്കിലും എന്നെങ്കിലുമൊരിക്കൽ അസ്സൈനാർകുഞ്ഞ് തനിക്കെതിരെ തിരിയുമെന്ന് സതീശനുറപ്പുണ്ട്. അതിന് കാരണം മറ്റൊന്നുമല്ല. അസ്സൈനാർകുഞ്ഞിന്റെ ഏക മകൾ മുംതാസാണ്.

അവളെ കാണുമ്പോൾ അവന്റെ ഹൃദയം വാർന്നൊഴുകും.... ആ ഒഴുക്കിൽപ്പെട്ട് എങ്ങോ ഒഴുകിപ്പോകുന്ന ആലിലയാകും അവൻ. മുംതാസിന്റെ പേരിലുള്ള കടകളിലേക്ക് കയറുന്നതു പോലും സതീശനെ സംബന്ധിച്ചൊരു ലഹരിയാണ്.... കടയ്ക്കുള്ളിലെ ഓരോന്നിനും അവളുടെ ഗന്ധമുള്ളതായി അവനു തോന്നും....

സൂപ്പർമാർക്കറ്റിലെ റാക്കിലെങ്ങാനും ഒരു പൗഡറോ ഒരു സോപ്പോ അല്പം ചെരിഞ്ഞു കിടന്നാൽപ്പോലും അവൻ അസ്വസ്ഥനാകും.... അതെല്ലാം ചിട്ടയോടെ യഥാസ്ഥാനത്ത് എടുത്തുവെച്ച് നീല യൂണിഫോമണിഞ്ഞ് കടയിൽ നില്ക്കുന്നവർക്ക് നേരെ രൂക്ഷമായൊന്നു നോക്കിയാലേ അവനൊന്നാറിത്തണുക്കൂ.... കടയിലെ സി സി ടി വിയിലൂടെ ഈ പ്രകടനങ്ങളൊക്കെ കണ്ട് അവന്റെ ആത്മാർത്ഥതയിൽ അസ്സൈനാർകുഞ്ഞ് ചാരിതാർത്ഥനാവും.

എന്നാലിതുവരെ മുംതാസിനോട് തന്റെയുള്ള് തുറക്കാൻ കഴിഞ്ഞിട്ടില്ല സതീശന്. ഒരിക്കൽ അവളുടെയടുത്തുകൂടി പോയപ്പോൾ തങ്കക്കിനാക്കൾ കൊണ്ടൊരു താജ് മഹൽ ഞാൻ തീർക്കും എന്ന് മൂളിയതുമാത്രമാണ് ഏക വെളിപ്പെടുത്തൽ.

"ഉപ്പ കേൾക്കണ്ട...." എന്ന് പറഞ്ഞ് മുംതാസ് അന്നടക്കിച്ചിരിച്ചു. ആ ചിരി പച്ചക്കൊടിയോ അതോ ചുവപ്പോ.... സതീശന് പിടികിട്ടിയില്ല. ഈ സമസ്യക്കുത്തരം കിട്ടാൻ താനുൾപ്പെടുന്ന മൂവർ സംഘത്തിന്റെ മുന്നിലേക്കത് അവതരിപ്പിക്കാനൊരുങ്ങിയെങ്കിലും അകാരണമായ തെന്തോ ഒന്ന് അവനെ പിന്തിരിപ്പിച്ചു.

സജീർ, സുരേഷ്, സതീശൻ-ഒന്നു മുതൽ പ്രീഡിഗ്രി വരെ ഒരുമിച്ചു പഠിച്ചവർ. ആഴ്ചയിലൊരിക്കൽ പുഴവക്കത്തെ പാറക്കൂട്ടത്തിന് മുകളിൽ പതിവായി സന്ധിക്കുന്നു. മേമ്പൊടിയായി സുരേഷ് സംഘടിപ്പിച്ചു കൊണ്ടു വരുന്ന ബിയറും കപ്പലണ്ടി വറുത്തതും.

ആഴ്ചയ്ക്കൊരിക്കലുള്ള ആ കൂടിച്ചേരലിൽ അന്നും സജീർ തന്റെ വീരകഥകൾ വിവരിച്ചു .... ഗൾഫീന്ന് മുനീർ കൊടുത്തയച്ച കുഴൽപ്പണോം കൊണ്ട് മുനീറിന്റെ വീട്ടിലേക്ക് പോകുന്ന സജീർ, മുനീറിന്റെ കെട്ടിയോൾ തൊടുത്തുവിട്ട നോട്ടത്തിൽപ്പിടിച്ചു കയറി കൃത്യം ഒരാഴ്ചയ്ക്കുള്ളിൽ നട്ടപ്പാതിരയ്ക്ക് അവളുടെ അടുക്കള വാതിലിലൂടെ ഒരു മൂളിപ്പാട്ടോടെ ഇറങ്ങിപ്പോന്ന സജീർ....

ഊശ്.... അടുത്ത ജന്മത്തിലെന്നെ സജീറായി ജനിപ്പിക്കണേയെന്റെ പറശ്ശിനിക്കടവു മുത്തപ്പാ.... സുരേഷ് കണ്ണുകൾ മേല്പോട്ടുയർത്തി കുപ്പിയിൽ ബാക്കിയായ ബിയർ കുമുകുമാന്ന് വായിലേക്ക് കമഴ്ത്തി.

"അല്ല സജീറേ ഇഞ്ഞ് കഴിഞ്ഞീസം ദിവാകരന്റെ സുശ്ശിലാടത്തിന്റെ പുറകെ നടന്നിനല്ലോ അതെന്തായി...."

"എന്റെ സുരേഷേ ഓള് ബല്ലാത്തൊരിനാ ഇഞ്ഞു കൊണ്ടോയി മുരിക്കുമ്മേലങ്ങൊരയ്ക്കെടാ പട്ടീന്നും പറഞ്ഞിട്ടൊരു പച്ചത്തെറിയേനു...."

"നന്നായി സജീറേ നന്നായി. ഇനിക്കിടയ്ക്കിങ്ങനെയൊക്കെ കിട്ടുന്നത് നല്ലതാ. ഇല്ലേൽ ഞാള് രണ്ടാടേം കൊതികൊണ്ട് ഇനിക്കെന്തേലും വരും...."

"ഇന്നെന്തോ ഒരു ഉഷാറ് തോന്നുന്നില്ല സതീശാ...." സജീർ മെല്ലെ എഴുന്നേറ്റു.

"സുരേഷേ മീത്തലെ വിജിത്തിന്റെ കൈയില് ഒരു കുപ്പീണ്ട്. ഇഞ്ഞതു പോയിറ്റ് മാങ്ങിച്ചോണ്ട് വാ...."

"മാങ്ങിച്ചോണ്ടൊക്കെ വരാം. പക്കേല് തിരിച്ചു വരുമ്പോൾ ഇഞ്ഞാക്കാര്യോം കൂടി ഞാളോട് പറേണം...."

"അല്ല സുരേഷേ ഞാനേതു കാര്യാ ഇങ്ങളോടു പറയാണ്ടിരുന്നിട്ടുള്ളേ.... അല്ലെങ്കിൽത്തന്നെ ഈ പുഴവക്കത്തിരുന്ന് ഇങ്ങളോടിങ്ങനെയൊക്കെ പറേന്നതിനു വേണ്ടിയാ ഞാനങ്ങനെയൊക്കെ ചെയ്യുന്നതെന്നാ എനിക്ക് തോന്നാറുള്ളേ...."

“ഈ തിങ്കളാഴ്ച ടൗണിലെ ടാക്കീസീന്ന് ഇഞ്ഞ് കാരളാംപൊയിലെ കുമാരേട്ടന്റെ മോള് സൂബിജയ്ക്കൊപ്പം എറങ്ങി വരുന്നത് ഞാൻ കണ്ടിനു.... അക്കാര്യംകൂടി പറഞ്ഞിട്ടേ ഇന്നെ ഞാള് വിടൂ.”

“അതീ തൊലിഞ്ഞ ബീറിന്റെ പുറത്ത് പറയാൻ പറ്റൂല്ലാ.... അതോണ്ടല്ലേ പറഞ്ഞേ ഇഞ്ഞാ പട്ടാളമിങ്ങു വാങ്ങിച്ചോണ്ടു വരാൻ.” സുരേഷ് ആവേശത്തിൽ പുഴവക്കത്തെ തിട്ട ചാടിക്കയറി അപ്രത്യക്ഷനായി.

“സതീശാ ഇന്നോടൊരു കാര്യം പറയാനുണ്ട്. അതാ സുരേഷിനെ തന്ത്രത്തിൽ ഞാനൊഴിവാക്കിയേ... ഞാനൊരു കുരുക്കിൽപ്പെട്ടിരിക്കയാ.... പെണ്ണേതാന്ന് ഞാൻ ഇന്നോടു പറയുന്നില്ല. അതാരാന്ന് ഒരു സസ്പെൻസായി ഇരുന്നോട്ടെ....”

“ഓടെ ശ്വാസത്തിലും കോശത്തിലും ഞാൻ മാത്രാന്നാ ഓളു പറഞ്ഞേ.... ഞാളൊളിച്ചോടാൻ തീരുമാനിച്ചു.... ഇനിക്കറിയാല്ലോ എന്നെ.... ഒന്നിലും ഞാനധികകാലം നില്ക്കൂലാന്ന്.... എങ്കിലും ഒരു ചേഞ്ചായിക്കോട്ടേന്നു വിചാരിച്ചു.... ഇന്ന് രാത്രി പന്ത്രണ്ടു മണിക്ക് ഇഞ്ഞ് ഇന്റെ വണ്ടിയുമായി കുന്നിൻപുറത്തു വരണം ഞാളാടെയുണ്ടാകും.... അധികോന്നും പോണ്ടാ റെയിൽവേ സ്റ്റേഷനീലൊന്നെത്തിച്ചാൽ മതി.”

“എന്താ സതീശാ ഇനിക്കൊരു പേടിപോലെ .... ഇനിക്കാവുല്ലേൽ പറേണം. സുരേഷിനോടൊന്നു പറഞ്ഞാൽ മതി.... ഓനെന്തിനും റെഡിയായിരിക്കും. പക്ഷേല് ഇതിനു പറ്റിയ ആള് ഇഞ്ഞ് തന്നെയാന്നാ ഓളെന്നോട് പറഞ്ഞേ.... അതോണ്ടാ....”

“ഇല്ല സജീറേ എനിക്ക് പേടിയൊന്നൂല്ല. ഇതു പോലത്തെ അവസ്ഥേല് സഹായിക്കാൻ പറ്റത്തോൻ പിന്നെ കൂട്ടുകാരനാന്ന് പറഞ്ഞ് നടന്നിട്ടു വല്ല കാര്യോണ്ടോ.... ”

“ഞാനുമൊരാളെ കണ്ടു വച്ചിട്ടുണ്ട്.... ഇത്തിരിക്കൊമ്പത്താ. ഞാനൊറ്റയ്ക്കു കൂട്ട്യാൽ കൂടൂല്ലാ.... ഇഞ്ഞെന്നെ സഹായിക്കേണ്ടി വരും.”

“അതായിപ്പോ നന്നായത്.... ഇഞ്ഞെന്നെയിപ്പോൾ സഹായിക്കുന്നു, അതിന് പകരോം എരട്ടിയായിട്ട് ഞാൻ നിന്നേം....” സജീർ സതീശന്റെ ചുമലിൽ ഉറക്കെ തട്ടി.

“പിന്നെ ഇഞ്ഞിത് സുരേഷിനോടൊന്നും വിളമ്പണ്ട. മാസൊന്നു കഴിയട്ടെ ഞാൻ വരും. വള്ളി പുള്ളി വിടാതെ ഓടെ ശ്വാസത്തിലും കോശത്തിലും ഞാൻ കേറിക്കളിച്ചത് ഈ കല്ലും പുറത്തിരുന്നു തന്നെ ഇങ്ങളോടു ഞാൻ പറഞ്ഞു തരും....”

അന്ന് രാത്രിയിൽ കുന്നിൻ പുറത്തേക്കു വണ്ടി ഇരമ്പിക്കയറ്റുമ്പോൾ അതൊരു റിഹേഴ്സലായിട്ട് സതീശനു തോന്നി. അടുത്തുതന്നെ സംഭവിക്കാനിടയുള്ള ഒരു പലായനത്തിന്റെ റിഹേഴ്സൽ.... അതുകൊണ്ട് തന്നെ സതീശൻ ത്രില്ലിലായിരുന്നു.

കുന്നിൻപുറത്തെ നിരപ്പിലിട്ട് പ്രയാസപ്പെട്ട് സതീശൻ വണ്ടി തിരിച്ചു. അവരെത്തിയിട്ടില്ല. എന്തെങ്കിലും കുഴപ്പം .... ഇല്ല സജീറല്ലേ ആള്. എന്ത് കുഴപ്പമുണ്ടേലും ഓൻ പുല്ലുപോലെ ഊരിപ്പോരും.

സ്കൂളിൽ പഠിക്കുമ്പഴേ ഓനിങ്ങനെയായിരുന്നു. എല്ലാ പ്രശ്നങ്ങളുടെയും തുടക്കം സജീറായിരിക്കും. എന്നാൽ ഒടുവിൽ ഓനൊട്ടു ഉണ്ടാവുകേമില്ല. ഓനെതിരെ ഒരു തെളിവും അവശേഷിക്കൂല.

സതീശൻ ജീപ്പും ചാരിനിന്നു. നിലാവിനെ നോക്കി ചിരിച്ചു.... പാൽനിലാവിൽ മൂടൽ മഞ്ഞുടുപ്പണിഞ്ഞ് മുംതാസ് ഒഴുകി വരുന്നു.

പൊന്തിവരും സങ്കല്പത്തിൽ പൊന്നശോക മലർവനിയിൽ തങ്കക്കിനാക്കൾ കൊണ്ടൊരു താജ്മഹൽ ഞാൻ തീർക്കും.... പ്രണയാർദ്രനായി അവൻ പാടി....

ഒരു മേഘപടലം താഴേക്കിറങ്ങി വന്ന് അവരെ തൊട്ടുരുമ്മി. ഉള്ളിലേക്ക് കിനിഞ്ഞിറങ്ങിയ കുളിരിൽ അവന്റെ രോമങ്ങൾ എഴുന്നു.... അവൻ സ്വപ്നത്തിലെന്ന പോൽ അവൾക്കു നേരെ കൈനീട്ടി. ആ കൈയിൽ പിടിച്ചുകൊണ്ട് സജീർ മുംതാസിന് പുറകിൽനിന്നും മുന്നോട്ടു വന്നു.... സതീശൻ പലവട്ടം കൺ ചിമ്മിത്തുറന്നു.... ഇത് പൊന്തിവരും സങ്കല്പത്തിലെ മുംതാസല്ല.... അവൻ ആകെ പകച്ചു.... സജീറും മുംതാസും ഒരുമിച്ച്.... !

“സതീശാ ഇമ്മളൊന്നു വിചാരിക്കുന്നു.... പടച്ചോൻ വേറൊന്നു നടത്തുന്നു. സജീർ അവന്റെ തോളിൽകൈയിട്ട് കുന്നിൻ വക്കിലേക്ക് നീങ്ങി.... ഓടെ മേലെ ഇനക്കൊരു കണ്ണുണ്ടെന്ന് ഓള് തന്നെയാ എന്നോടു പറഞ്ഞെ.... അന്നു മുതൽ ഇന്നെ സഹായിക്കണോന്ന് ഞാനുറപ്പിച്ചതാ.... ഇങ്ങളീടെ നിന്നാൽ ശരിയാവൂല്ല. ഏടേലും പോയി രക്ഷപ്പെടണം....”

സജീർ അവന്റെ ചുമലിൽ പിടിച്ചു. ആ സ്നേഹവായ്പിൽ അവൻ നനഞ്ഞു. അവൻ അലിഞ്ഞു. അവൻ ഒരാശ്ലേഷത്താൽ സജീറിനെ പൊതിഞ്ഞു. “എന്റെ സജീറേ.... ഇഞ്ഞ്.... ഇഞ്ഞ്” നേരായിട്ടും അവന്റെ ശബ്ദം സ്നേഹത്തള്ളിച്ചയാൽ പാതിയിൽ മുറിഞ്ഞു. ആഹ്ലാദക്കണ്ണീരിൽ അവൻ സജീറിന്റെ ചുമൽ നനച്ചു.

പെട്ടെന്ന് ഒരു ലോഹമുന തന്റെ പുറത്തുകൂടി നെഞ്ചിലേക്ക് ആഴ്ന്നിറങ്ങുന്ന നടുക്കത്തിൽ അവൻ സജീറിനെ ആഞ്ഞു തള്ളി.... എന്നാൽ സജീറിന്റെ ദൃഢമായ പേശീ ബലത്തിന് മുന്നിൽ അവൻ പരാജിതനായി.

“ഇന്നെ കാണാണ്ടാവുമ്പോൾ ഇന്റെ കൂടെയാ ഓളൊളിച്ചോടിയതെന്ന് ഓടെ ബാപ്പ കരുതിക്കോളും.... ഇങ്ങനൊരു ബുദ്ധി ഓളു തന്നെയാ എന്നോടു പറഞ്ഞെ....” സജീർ അവന്റെ ചെവിയിൽ മന്ത്രിച്ചുകൊണ്ട് കഠാരയുടെ കൈപ്പിടിവരെ ഉള്ളിലേക്ക് ആഴ്ത്തിയിറക്കി.

## കുറിപ്പ്

ഉസ്താദ് ഈസ്സ താജ്മഹൽ നിർമ്മിച്ച ശില്പി. നിർമ്മാണം പൂർത്തിയായപ്പോൾ ചക്രവർത്തി ശില്പിയുടെ കൈവെട്ടിക്കളഞ്ഞുവെന്ന് കഥ.

# വാത്സ്യായനിൽനിന്നും ഇരയിമ്മനിലേക്കുള്ള ദൂരം

**ഏ**റെനേരത്ത കുളിമുറി സ്നാനത്തിനുശേഷം പുറത്തിറങ്ങിയപ്പോഴും അവൾ പതിവുപോലെ തന്റെ തൊലിപ്പുറത്തേക്കു മൂക്കു വിടർത്തി ശ്വാസം ഉള്ളിലേക്ക് വലിച്ചു. ഏതു ഗന്ധമാണ് ഇനിയും പോകാതെ തങ്ങി നില്ക്കുന്നത്.... എന്നും രാത്രിയാവുമ്പോൾ ഇത്തരമൊരു പരിശോധനയ്ക്ക് തന്റെ ശരീരത്തെ വിധേയയാക്കാറുണ്ട് അവൾ.

ഒരിക്കൽപ്പോലും സ്ഥായിയായ ഗന്ധം അവൾക്കുണ്ടാകാറില്ല. ദിവസവും മൂന്നോ നാലോ ആളുകൾ കയറി ഇറങ്ങുന്നതോടെ അത്തറു കച്ചവടക്കാരന്റെ പലതരത്തിലുള്ള അത്തറുകൾ സൂക്ഷിച്ചുവെച്ച ഒരു സുഗന്ധപ്പെട്ടി പോലെയാവും അവൾ.

ഒരു കാര്യത്തിൽ അവൾക്കത്ഭുതമുണ്ട്. തന്നെ തേടിയെത്തുന്നവരൊക്കെ ഏതെങ്കിലും തരത്തിലുള്ള അത്തറുകൾ പൂശിയാണ് വരുന്നതെന്നതിൽ. കക്ഷങ്ങളിലും ഗുഹ്യഭാഗങ്ങളിലുമൊക്കെ തേച്ചു പിടിപ്പിച്ച അത്തറുമണങ്ങൾ പലപ്പോഴും വരുന്നവരുടെ ജൈവ ഗന്ധത്തെ ഒളിപ്പിച്ചു.

അങ്ങനെയല്ലാതിരുന്ന ഒരേയൊരാൾ അവളുടെയപ്പന്റെ ഏറ്റവും ഇളയ അനിയനായ കുഞ്ഞപ്പാപ്പനാണ്. എന്നാൽ അവൾക്കന്ന് കുഞ്ഞപ്പാപ്പന്റെ ഗന്ധം പിടിച്ചെടുക്കാൻ കഴിഞ്ഞിരുന്നില്ല. തേങ്ങാപ്പുരയുടെ ഇരുട്ടിൽ വെച്ച് തന്റെ മൂക്കും വായുമൊക്ക വെപ്രാളത്തോടെ കുഞ്ഞപ്പാപ്പൻ അമർത്തിപ്പിടിച്ചതിനാൽ അവൾക്കതിനൊട്ടു കഴിഞ്ഞില്ലെന്നതാണു സത്യം.

അതുകൊണ്ടുതന്നെ പുരുഷഗന്ധത്തിന്റ സാജാത്യ വൈജാത്യങ്ങൾ ഇന്നേവരെ പിടികിട്ടിയിട്ടില്ല അവൾക്ക്. ഈ രംഗത്തു നീണ്ട ഇരുപത്തഞ്ചു വർഷങ്ങൾ കഴിഞ്ഞെങ്കിലും....

എന്തുകൊണ്ട് ഒരു ഗണിക സ്ത്രീ തന്റെ ഇരുപത്തഞ്ചു വർഷങ്ങ

ളുടെ ആഘോഷം വിപുലമായി നടത്തുന്നില്ല എന്ന് അവൾ തമാശയോടെ ചിന്തിക്കാറുണ്ട്. എങ്കിൽ തീർച്ചയായും താൻ ഉദ്ഘാടനത്തിനു വിളിക്കേണ്ടി വരിക കുഞ്ഞപ്പാപ്പനെയായിരിക്കില്ലയോ എന്നോർക്കുമ്പോഴേക്കും അവളുടെ ഉടലുപെരുക്കാറുമുണ്ട്.... അതോടെ കഴിഞ്ഞകാലയോർമ്മകളുടെ വാതിൽ അവൾ തഴുതിട്ട് പൂട്ടും.

അവൾക്ക് ഗണികയെന്നു പേരു നല്കിയ ആളെ അവൾ എന്തുകൊണ്ടോ നന്ദിയോടെയാണ് സ്മരിക്കാറ്. അയാൾ വളർന്നുവരുന്ന ഒരു എഴുത്തുകാരനെന്നാണ് അന്ന് സ്വയം പരിചയപ്പെടുത്തിയത്.

അയാളുടെ കഥകൾ പ്രത്യക്ഷപ്പെട്ട മാസികകളുടെ പേരും അന്നയാൾ പറയുകയുണ്ടായി. എന്നാൽ അയാൾ പറഞ്ഞ പേരുകളൊന്നും അവൾ കേട്ടിട്ടുണ്ടായിരുന്നില്ല. അതിലയാൾക്ക് കുറവൊന്നും തോന്നിയതുമില്ല. നിന്നെപ്പറ്റിയൊരു കഥ എഴുതുമെന്നയാൾ പറഞ്ഞതും കള്ളമല്ലെന്നവൾക്ക് തോന്നി. എന്തോ ഒരു വിശേഷപ്പട്ടം തനിക്കയാൾ സമ്മാനിച്ചെന്ന തോന്നലിൽ നേരത്തെ നിശ്ചയിച്ചുറപ്പിച്ചതിലും കുറഞ്ഞ നിരക്കേ അയാളിൽനിന്നും അവൾ കൈപ്പറ്റിയുള്ളൂ.

നനഞ്ഞ ടർക്കി അയയിലേക്കിട്ട് തിരിയുമ്പോൾ അവൾ ഒന്നുകൂടി തൊലിപ്പുറത്തേക്ക് മൂക്ക് മുട്ടിച്ചു. അന്ന് മൂന്നുപേരായിരുന്നു അവളെ തേടിയെത്തിയത്. ഒന്നൊരു രാഷ്ട്രീയ നേതാവ്, പിന്നെയൊരാൾ കച്ചവടക്കാരൻ, മറ്റൊരാൾ ഒരു കോളേജ് പ്രൊഫസറും.

ഇരുപുറവും ചുറ്റിലും മുകളിലും താഴെയും നോട്ടം കറക്കിയായിരുന്നു രാഷ്ട്രീയക്കാരന്റെ വരവ്. അയാൾ കഴിഞ്ഞ ജന്മത്തിലൊരു കാക്കയായിരുന്നുവെന്ന് അവൾക്ക് തോന്നി.

അയാൾ വന്ന പാടെ മേശപ്പുറത്തു വച്ചിരുന്ന ഫ്ളവർവെയ്സ് ഒന്നെടുത്തു കുലുക്കി, ചുവരിലെ വേളാങ്കണ്ണി മാതാവിന്റെ കലണ്ടർ കൈകൊണ്ടൊന്നിളക്കി. ആണിയിൽ തൂക്കിയിട്ടിരുന്ന കൊട്ടിയൂരുത്സവത്തിന് വാങ്ങിയ ഓടപ്പൂവുകൾക്കിടയിലൂടെ വിരലോടിച്ചു.

“ഇന്നത്തെ കാലല്ലേ.... ക്യാമറ എവിടെയാ ഒളിപ്പിച്ചു വെയ്ക്കാന്ന് പറയാൻ പറ്റില്ലല്ലോ....” ഒരു ലോകോക്തി പറഞ്ഞിട്ടെന്ന വണ്ണം അയാൾ അവളെയൊന്നു പാളിനോക്കി.

അയാൾ കഞ്ഞിപ്പശ്ശ തേച്ചു വടിപോലെയാക്കിയ ഷർട്ട് സാവധാനം ഊരി ഹാംഗറിലിട്ടു. തെല്ല് പിറകോട്ടുമാറി ചുളിവുകളൊന്നും വീണില്ലല്ലോ എന്ന സൂക്ഷ്മ നോട്ടത്തിനുശേഷം അയാൾ അവൾക്കു നേരെ തിരിഞ്ഞു.

ഒരു മണിക്കൂറിനുള്ളിൽ അഞ്ചുതവണ അയാളുടെ ഫോൺ കരഞ്ഞു. ഓരോ പ്രാവശ്യവും അയാൾ ക്ഷമയോടെ ഫോൺ അറ്റന്റ് ചെയ്തു.... എന്നാൽ താനിപ്പോൾ ഒരു യാത്രയിലാണെന്നും, ഒരു സെമിനാറിൽ സംബന്ധിക്കയാണെന്നും ഒരു മീറ്റിങ്ങിലാണെന്നൊക്കെയുള്ള പലയിടങ്ങളാണ് തന്റെ സാന്നിദ്ധ്യത്തെക്കുറിച്ചുള്ള വിവരങ്ങളായി വിളിച്ചവർക്കയാൾ നല്കിയത്.

ഉണക്കമീൻ കച്ചവടക്കാരനായ ഹോൾസെയിൽ ഡീലർ വന്നത് നട്ടുച്ചയിൽ. ഉണക്കമീനെന്നു കേട്ടപ്പഴേ അവളുടെ വായിൽ ഒരു ഛർദ്ദിലിന്റെ കൊഴുപ്പു നിറയാൻ തുടങ്ങിയിരുന്നു. എന്നാൽ മുറിയിലേക്ക് അയാൾ കടന്നു വന്നപ്പോൾ കൂടെ വന്നത് നേർത്ത പനിനീരിന്റെ സുഗന്ധം. എന്നാൽ അയാളുടെ കൃഷ്ണമണികൾ ചത്തുമലച്ച മീൻകണ്ണുകളെ ഓർമ്മിപ്പിച്ചു.

ക്രീഢയ്ക്കൊടുവിൽ സീല്ക്കാരത്തോടെ തന്റെ മുഖത്തേക്കു ചാഞ്ഞ അയാളുടെ കണ്ണുകളിലെ നിശ്ചലത കാണാൻ കഴിയാതെ ഇറുക്കെ അവൾ കണ്ണടച്ചു. ആനന്ദമൂർച്ഛയിലാണവളുടെ കണ്ണുകൾ കൂമ്പിയതെന്നു കരുതി അയാൾ കൃതാർത്ഥനായി മടങ്ങി.

പിന്നെ വന്ന കോളേജ് പ്രൊഫസറുടെ നടത്തം കണ്ടാൽ തോന്നുക ആരോ വരച്ചുവെച്ച നേർരേഖയിലൂടെയാണയാൾ നടക്കുന്നതെന്നാണ്. ഒരു കോളേജ് പ്രൊഫസറാണ് കക്ഷിയെന്ന് സുരേശൻ പറഞ്ഞിരുന്നു. ഇല്ലെങ്കിലും അവൾക്കത് ഊഹിച്ചെടുക്കാൻ പാകത്തിലായിരുന്നു അയാളുടെ ചലനങ്ങൾ.

ഒരുമാതിരി അറ്റൻഷൻ സ്റ്റാന്റ്റീസ് രീതിയിലുള്ള അയാളുടെ ചലനങ്ങൾ ഒരു സ്കൂൾ വാദ്ധ്യാരെ ഓർമ്മിപ്പിച്ചു. സഹശയനത്തിനല്ലായിരുന്നു അയാൾക്കു താല്പര്യം. അയാൾ അറ്റൻഷനിൽ തന്നെ നിന്നു.... നിദ്രയിൽ നിന്നുണർത്തി ആ പുരുഷായുധത്തെ ഈറനാക്കാൻ കുറച്ചധികം സമയം വേണ്ടിവന്നു അവൾക്ക്. ഇടയ്ക്കയാൾ നില്പ്പൊന്നു സ്റ്റാന്റ്റീസിലാക്കിയെന്നതൊഴിച്ചാൽ അകമ്പടി ചലനമോ ശബ്ദങ്ങളോ അയാളിൽനിന്നുണ്ടായില്ല.

അവളുടെ ഓർമ്മകളെ മുറിച്ചുകൊണ്ട് മൊബൈൽ കരഞ്ഞു.

"എന്താ സുരേശാ ഈ അസമയത്ത്...."

"അല്ല ചേച്ചി ഒന്നും വിചാരിക്കല്ലെ.... ഞാനൊരു കുടുക്കിൽപ്പെട്ടു നില്ക്കാ.... ചേച്ചിയൊന്നു സഹായിച്ചാലേ രക്ഷയുള്ളൂ.... ഒരുത്തൻ വന്ന് ഇവിടെ ബഹളം വെയ്ക്കുന്നു.... ഞാൻ സമീറേനേം റോസിലിനേം വിളിച്ചു. ഒരാൾ സ്വിച്ചോഫ്, മറ്റൊരാൾ ഔട്ടോഫ് കവറേജ്."

"സുരേശാ വേണ്ടാ, നിന്റെ നമ്പറ് എന്റെടുത്ത് വേണ്ടാ അവന്റെ കൊങ്ങയ്ക്കു പിടിച്ചൊരു തത്തീര് കൊടുക്ക്.... അവൻ പോയ്ക്കോളും, അല്ല പിന്നെ...." അവൾ ദേഷ്യത്തോടെ ഫോൺ കട്ട് ചെയ്തു.

വീട്ടിലെത്തി കുളികഴിഞ്ഞാൽ പിന്നെ ആരു വിളിച്ചാലും അവൾ പുറത്തു പോകാറില്ല.... ഇത്രയും കാലത്തിനിടയ്ക്കു അതിനൊരുമാറ്റവും വന്നിട്ടില്ല.

ഫോൺ പിന്നെയും കരഞ്ഞു.... സുരേശൻ തന്നെ. ''ചേച്ചി വെയ്ക്കല്ലേ പ്ലീസ്, ഒരു പയ്യനാ ചേച്ചി ഏറിയാൽ അരമണിക്കൂർ. അതിനകം ചേച്ചിയെ ഞാൻ കൊണ്ടു വന്നു വിടാം.... പ്ലീസ് ചേച്ചി...." സുരേശൻ ഒരു കരച്ചിലിന്റെ വക്കിലെത്തിയിരുന്നു.

"നിന്ന് മോങ്ങാതെ അവനേം വിളിച്ചോണ്ട് ഇങ്ങോട്ടു വാടാ.... പിന്നെ

യൊരു കാര്യം. അവനെ ഗേറ്റിന്റെയടുത്തെത്തിച്ചിട്ട് നീയങ്ങ് പൊക്കോണം."

മറുഭാഗത്ത് ആശ്വാസത്തിന്റെയും അവിശ്വാസത്തിന്റെയും നിശ്ശബ്ദത. അവൾ ഫോൺ വെച്ചു. ഇന്നേവരെ ഒരാളെപ്പോലും വീട്ടിലേക്കവർ ക്ഷണിച്ചിട്ടില്ല. ഇതിന്നാദ്യമാണ്. അവൾക്കു തന്നെ അതിൽ അത്ഭുതം തോന്നി.

വാതിലിൽ ഏതോ രഹസ്യം സൂക്ഷിപ്പുകാരന്റെ കൈയടക്കത്തോടെയുള്ള ഒരു മുട്ട്.... . പാതിതുറന്ന വാതിലിലൂടെ അവൻ അകത്തേക്ക് നൂണ്ടു. ഒഴുകി പരന്ന മുടി, കണ്ണുകളിൽ അവൾ ഇതുവരെ കാണാത്തൊരു വിഷാദച്ഛായ. ഏറിയാൽ ഇരുപതോ ഇരുപത്തൊന്നോ. ചുമലിൽ മുഷിഞ്ഞൊരു തോൾ സഞ്ചി.

അവൾ അവന്റെ ചുമലിൽനിന്നും തോൾസഞ്ചിയൂരി. വിയർത്ത നെറ്റിത്തടം സാരിത്തലപ്പുകൊണ്ടൊപ്പി മൂക്കിനോടടുപ്പിച്ചു.... ഇല്ല അത്തറിന്റെ പരിമളമില്ല.... വിയർപ്പിന്റെ പുളിമണം. അവൾ അവിശ്വസനീയതയോടെ അവനെ നോക്കി. പിന്നെ മെല്ലെ കൈപിടിച്ച് കുളിമുറിയിലേക്ക് നടത്തിച്ചു.

അവന്റെ തലയിൽ സോപ്പുതേച്ചു പതപ്പിച്ചു. അവൻ കൈക്കുമ്പിളിൽ വെള്ളം കോരി അവളുടെ മുഖത്തേക്കെറിഞ്ഞു. മുടിയിഴകളിലൂടെ അവളുടെ കൈവിരലുകൾ ജട ചിക്കിയൊഴുകിയപ്പോൾ അവൻ അനുസരണയുള്ള കുട്ടിയായി....

അവളുടെ മടിയിൽ തലചായ്ച്ചു കിടക്കുമ്പോൾ മാക്സിങ് ഗോർക്കിയുടെ *അമ്മ* വായിച്ചിട്ടുണ്ടോ എന്നവൻ ചോദിച്ചു. ഇല്ല വായിച്ചിട്ടില്ല, എന്നാൽ വൈലോപ്പിള്ളിയുടെ *മാമ്പഴം* വായിച്ചിട്ടുണ്ടെന്നവൾ മറുപടി പറഞ്ഞു.

# പുണ്യാളന്റെ വാൾ

**എ**ന്റെ കർത്താവേ... നീ അപ്രാപ്യമായതുപോലും പ്രാപ്യമാക്കിയവനാന്നല്ലോ... നിന്റെയൊരു നോട്ടത്തിൽ നിന്നുമുണരുന്ന ഒരു മിന്നൽപ്പിണർകൊണ്ട് നീയാ മിന്നൽ രക്ഷാചാലകത്തെയും അതിന് കീഴെയുള്ള ആ കഴുവർടെ മക്കളുടെ ഭവനത്തെയും കരിയിച്ചുകളയണമേ... ജനലഴികൾക്കിടയിലൂടെ കാണുന്ന പൊലീസ് സ്റ്റേഷന്റെ മേലാപ്പുനോക്കി കൊച്ചുമറിയ പ്രാർത്ഥിച്ചു...

മിന്നൽ രക്ഷാചാലകത്തിന്റെ മുനമ്പിലെ സൂര്യവെളിച്ചത്തിന്റെ തിളപ്പിൽ കൊച്ചുമറിയയുടെ പ്രാർത്ഥനകളെല്ലാം ഉരുകിയൊലിച്ചു... ഒരിക്കലെങ്കിലും ഏതെങ്കിലുമൊരു പുണ്യാളന്റെ വാൾത്തലപ്പിൽ നിന്നുമടർന്നു വീഴുന്ന മിന്നൽപ്പിണരിൽ പൊലീസ് സ്റ്റേഷൻ കത്തിക്കാളുമെന്ന് പ്രതീക്ഷിച്ച് ഇടിവെട്ടുള്ള രാത്രികളിൽ ജനൽപ്പാളികൾ തുറന്നിട്ട് നേരം വെളുക്കും വരെ കൊച്ചുമറിയ കാത്തിരുന്നു.

ആ കാത്തിരിപ്പുകൾക്കിടയിലൂടെ മകൻ സേവ്യർ അടുക്കള വശത്തെയിറമ്പിലൂടെ നിരങ്ങിയിറങ്ങുകയും കമഴ്ന്നടിച്ച് വീഴുകയും അയ്യോ എന്റെ കൊച്ചിനെന്നാ പറ്റിയെന്നു നിലവിളിച്ച വല്ല്യമ്മച്ചിയുടെ ഒക്കത്തേറി കുഞ്ഞു തുടയിൽ അടിയേറ്റു വാങ്ങുകയും ചെയ്തു.

കൊച്ചവുതച്ചേട്ടന്റെ റബ്ബർ തോട്ടത്തിൽനിന്നും പെറുക്കിക്കൊണ്ടുവന്ന റബ്ബർക്കായ നിലത്തുരച്ച് അയൽപക്കത്തെ കുഞ്ഞുമോളിയുടെ കൈത്തണ്ടയിൽ വെച്ച് നിനക്ക് സ്വർഗ്ഗം കാണണോയെന്ന് ചോദിച്ച മർത്തുകയും വലിയ വായിൽ നിലവിളിച്ച കുഞ്ഞുമോളിയുടെ അടുത്തുനിന്നും ഓടിയൊളിക്കുകയും ചെയ്തു.

ഏഴാം ക്ലാസിൽ പഠിക്കുമ്പോൾ ഇൻസ്ട്രുമെന്റ് ബോക്സിൽ ചേരക്കുട്ടികളെയുംകൊണ്ട് ക്ലാസിൽ ചെന്നതിനാൽ ബേർളി സാറിന്റെ

കൈയിൽനിന്നും പൊതിരെ തല്ലു വാങ്ങി സ്കൂളിൽനിന്നും പുറത്താവുകയും ചെയ്തു.

ഒരു ലോറി ഡ്രൈവറാവുകയെന്നതായിരുന്നു സേവ്യറിന്റെ ആഗ്രഹങ്ങളിലൊന്ന്... ലോറിയുടെ പേരുകൂടി സേവ്യർ കണ്ടുവച്ചിരുന്നു... സെന്റ് മരിയ... ചുരത്തിന്റെ അടിവാരത്ത് ചായകുടിക്കാൻ നിർത്തുമ്പോൾ സെന്റ് മരിയയുടെ സൈഡ്ഡോർ തുറന്ന് സ്ലോമോഷനിൽ ചാടിയിറങ്ങുന്ന തന്നെ സേവ്യർ പലതവണ കണ്ടു... നിലത്തേക്ക് കാലുകൾ അമരുമ്പോൾ ഹവായ് ചെരുപ്പിന്റെ വാറുകൾപോലും മന്ദചലനത്തിൽ ഇളകിയാടുന്നത്... മടക്കിക്കുത്തിയ കള്ളിലുങ്കിയുടെ അറ്റത്തു നിന്നും പുറത്തേക്കു തള്ളിനില്ക്കുന്ന വള്ളിട്രൗസറിന്റെ നീലയറ്റം ചെരിപ്പിന്റെ വാറിന്റെ ചലനത്തിനൊപ്പം ഒന്നു ചേരുന്നത്... നിറഞ്ഞുകവിയുന്ന ഉൾപ്പുളകത്താൽ സേവ്യർ ചുമലൊന്നു വെട്ടിക്കും.

നാട്ടിലെ യു പി സ്കൂളിലെ മാഷാവുകയെന്നതായിരുന്നു മറ്റൊരാഗ്രഹം... കണക്കിന്റെ പെരുക്കപ്പട്ടിക തെറ്റിയതിന് അകം തുടയിലെ ഇറച്ചിക്കഷണം കൂർത്തനഖംകൊണ്ട് ഒരു കൊടിലുകൊണ്ടെന്നപോലെ ഇറുക്കിയെടുത്ത് വായുവിൽ സൈക്കിളു ചവിട്ടിക്കുന്ന ഈപ്പൻ സാറ് ഒരു വീരപുരുഷനെപ്പോലെ കൊച്ചു സേവ്യറിന്റെ മനസ്സിൽ നിറഞ്ഞു നിന്നു.

അതിന്റെ ലഹരിയിൽ തോട്ടിറമ്പിലേക്ക് തല നീട്ടി നില്ക്കുന്ന അപ്പച്ചെടികളോട് ഈരേഴെത്രയെന്നും ആറെട്ടെത്രയെന്നും തുടരെ തുടരെ ചോദിച്ചു... തലകുനിച്ചു നില്ക്കുന്ന അപ്പച്ചെടികളുടെ മുഖത്തേക്കു വല്ല്യമ്മച്ചിയുടെ ചൂരലു ചൂണ്ടി എന്താ നിന്റെ വായിലെന്നാടാ കൊഴുവാന്നോയെന്നലറി... ചടപടാന്ന് ഈരണ്ടടി അപ്പച്ചെടിയുടെ പച്ചക്കൈയിലേക്ക് കൊടുത്തു. കൊച്ചു സേവ്യറിന്റെ ക്ലാസിൽ ഒരു തവണമാത്രം ഇരിക്കാനേ ഓരോ അപ്പച്ചെടിക്കും വിധിയുണ്ടായിരുന്നുള്ളു... അപ്പച്ചെടികളോരോന്നായി ഗുരുവിന്റെ കാലുകളിലേക്ക് വീണു നമസ്കരിച്ചു...

അപ്പച്ചെടികളെയുരുമ്മി നില്ക്കുന്ന കടപ്ലാവിനെ മാത്രം സേവ്യർ ഒഴിവാക്കി. കടപ്ലാവിന്റെ നെഞ്ചുവിരിച്ചുള്ള നില്പ് തന്റെ ക്ലാസിലെ പൊട്ടനാനിയേൽ സ്കറിയായെ ഓർമ്മിപ്പിച്ചു. ഈപ്പൻസാർ തോറ്റിട്ടുള്ളത് സ്കറിയായുടെ മുന്നിൽ മാത്രം... ഈപ്പൻസാറിന്റെ അടി കഴിഞ്ഞിട്ടും നീട്ടിയ കൈ പിൻവലിക്കാതെ ഇനിയുമുണ്ടേൽ ഇങ്ങോട്ട് തന്നേരെ എന്ന ഭാവത്തിൽ നില്ക്കുന്ന കടപ്ലാവിനെ സേവ്യർ കണ്ടില്ലെന്നു നടിച്ചു...

സ്കൂളിൽനിന്നും പുറത്തായതോടെ നല്ല നടപ്പിനായി സേവ്യറിനെ തോണിപ്പാറയിലച്ചന്റെയടുത്തു വല്ല്യമ്മച്ചി കൊണ്ടാക്കുകയും കപ്യാര് വറീതിന്റെ കൈയാളായി തീരുകയും ചെയ്തു. പിന്നെയും പിന്നെയും വളർന്ന് വളർന്ന് മീശയും താടിയും നീട്ടി കർത്താവ് ഈശോമിശിഹായുടെ വീതുളിയും കൊട്ടുവടിയുമെടുത്ത് നാട്ടിലറിയപ്പെടുന്ന ആശാരിയായി വാണു.

പള്ളിയിൽ പോകുമ്പോൾ സേവ്യർ അൾത്താരയിലെ ചില്ലുകൂട്ടിലേക്ക് നോക്കും... നീ എന്നെമാത്രമിങ്ങനെ അനിശ്ചിതത്വത്തിന്റെ ചില്ലു

കൂട്ടിലടച്ച് മരക്കുരിശിലേറി കീഴ്പ്പോട്ടും നോക്കിയിരിപ്പാന്നോ... ഒന്നുമില്ലേലും നിന്റെ പേരിനെക്കുറിക്കുന്നത് തന്നെയല്ലിയോ എനിക്കുമിട്ടിരിക്കുന്നേ... കർത്താവീശോമിശിഹായുമായിട്ട് പേരിൽപ്പോലും ഒരു വ്യത്യാസം വേണ്ടാന്ന് വല്ലയമ്മച്ചി പറഞ്ഞതിന്റെ പൊരുള് എനിക്കു പിടികിട്ടാത്തതൊന്നുമല്ലെന്റെ കർത്താവേ... എന്നു പറയും.

അന്നൊരു നാൾ കൊച്ചവുസേപ്പിന്റെ പുരയുടെ മേക്കൂടു കയറ്റി ക്ഷീണിച്ചു വന്ന തന്നെയെതിരേറ്റത് അമ്മച്ചിയാണെന്നു കണ്ട് സേവ്യറിന് കുളിരു കോരി. ഏതു സമയവും ജനലഴികൾക്കിടയിലൂടെ നോട്ടമയച്ചിരിക്കുന്ന അമ്മച്ചിയുടെ കണ്ണുകളിലേക്ക് സേവ്യർ കനിവോടെ നോക്കി.

എടാ സേവ്യറേ ഇന്നാള് നീ ടി വീ കണ്ടില്ലേ. നൂഡിൽസ്... അതുക്കൂട്ടാ നിനക്കിന്നു ഞാൻ ഒണ്ടാക്കി വെച്ചിരിക്കുന്നെ... കൊച്ചുമറിയം കൈയിലിരുന്ന പാത്രം സേവ്യറിനു നേരെ നീട്ടി... വല്ല്യമ്മച്ചിയുടെ പാവാട വള്ളികൾ ചുരുട്ടിക്കൂട്ടി വച്ചിരിക്കുന്നു... ഒപ്പമൊരു സ്പൂണും.

ഓ വെശന്നുവന്ന ചെറുക്കന് നൂഡിൽസാന്നോടീ കൊടുക്കുന്നെ... രാവിലെ മുതൽ മരത്തോട് മല്ലിട്ടു നിന്ന കൊച്ചനല്ല്യോടീ... നീയിങ്ങോട്ടു അടുക്കളേലേക്കു വാടാ... പറയുന്നതിനിടയിൽ വല്ല്യമ്മച്ചി കൊച്ചുമറിയത്തിന്റെ കൈയിൽനിന്നും തന്ത്രപൂർവ്വം പാത്രം വാങ്ങി.

കൊച്ചുമറിയത്തിന്റെ ബോധത്തിന്റെ നൂലിഴകൾ നേർത്തു വരുമ്പഴൊക്കെ വല്ല്യമ്മച്ചി കൊച്ചുമറിയത്തിന്റെ മുന്നിൽ നേരിട്ട് ഹാജരാവും. കൊച്ചുമറിയത്തിന്റെ അബോധവഴികളിൽ ചവിട്ടി മെതിക്കപ്പെടാൻ കൊതിച്ചുനില്ക്കുന്ന അടുക്കളയിലെ മൺപാത്രങ്ങളെ, കിണറ്റിലേക്കൂളിയിടാനൊരുങ്ങി നില്ക്കുന്ന അലുമിനീയപ്പാത്രങ്ങളെ ആട്ടിയകറ്റി വല്ല്യമ്മച്ചി കൊച്ചുമറിയത്തിന്റെ മുന്നിൽ കുനിഞ്ഞു നില്ക്കും... വല്ല്യമ്മച്ചിയുടെ വാരിയെല്ലുകൾക്കിടയിൽ നട്ടെല്ലിന്റെ ഓരങ്ങളിൽ കൊച്ചുമറിയം ഇടിയുടെ മിന്നൽപ്പിണർ പായിക്കും...

ആത്മബോധത്തിന്റെ പടവുകൾ കയറി തിരികെയെത്തുന്ന കൊച്ചുമറിയം അയ്യോ... അമ്മച്ചീ അമ്മച്ചിക്ക് നൊന്തോയെന്നു ചോദിക്കും... സാരെല്ലിടീ പെണ്ണേ ലോക്കപ്പിലിട്ടിട്ടും നേരുപറയാഞ്ഞാൽപ്പിന്നെ ഉമ്മ കൊടുക്കാൻ പറ്റുവോയെന്ന് ചോദിച്ച് കിണറിൻ വക്കത്തേക്ക് നൊണ്ടും... ആൾമറയിൽ കൈയൂന്നി വല്ല്യമ്മച്ചി കിണറാഴങ്ങളിലേക്ക് നോക്കും... നെഞ്ചിൽനിന്നും പൊട്ടിയടർന്ന കണ്ണീർ താഴേക്കുറ്റും... കണ്ണീരിന്റെ ഉപ്പുരസങ്ങളെ വളരെ നിസ്സാരമായി അലിയിച്ചുകൊണ്ട് കിണർവെള്ളം അലതല്ലും...

മകളുടെ ഉന്മാദത്തിന്റെ കെട്ടിറങ്ങാൻ ഗീവർഗീസ് പുണ്യാളനോട് വല്ല്യമ്മച്ചി എന്നും മുട്ടിപ്പായി പ്രാർത്ഥിച്ചു...

“എന്റെ ഗീവർഗീസ് പുണ്യാളാ നീയെന്റെ ഏഷ്യാനെറ്റില് വല്ലപ്പോഴെങ്കിലും ആ പടികമൊന്നിടീക്കണേ..... അതില് മോഹൻലാല് ആ പൊലീസുകാരനെ ചറുമുറെ അടിക്കുന്ന കാണുമ്പോളെന്റെ കൊച്ചുമറിയത്തിന്റെ

മനമൊന്ന് ശാന്തമാവുന്നത് നീയും കണ്ടിട്ടുള്ളതാണല്ലോ എന്റെ ഗീവറീത് പുണ്യാളാ..."

*സ്ഫടികം* സിനിമാ ടീവീല് വരുന്നയന്ന് കൊച്ചുമറിയം ശാന്തയാവും... ആടുതോമാ എസ് ഐയെ വലിച്ചിഴയ്ക്കുമ്പോൾ അവരുടെ കണ്ണിൽ ആത്മനിർവൃതിയുടെ നീര് പൊടിയും... മുണ്ടിന്റെ കോന്തലകൊണ്ട് ഇടയ്ക്കിടെ കണ്ണീരൊപ്പും... പിന്നീട് സാവധാനമെഴുന്നേറ്റ് ജനലഴികൾക്കിടയിലൂടെ പുറത്തേക്കു നോക്കും.

കൊച്ചു മറിയം പത്താം ക്ലാസിൽ പഠിക്കുമ്പോഴാണ് അപ്പൻ ദേവസിക്ക് ദണ്ഡം ഇളകിയത്. പള്ളിപ്പെരുന്നാള് കഴിഞ്ഞതിന്റെ തൊട്ടടുത്ത ദിവസമായിരുന്നുവത്... മേശവലിപ്പിൽ കിടക്കുന്ന ചില്ലറത്തുട്ടുകളെ നോക്കി ദേവസ്സിയൊന്നു പൊട്ടിച്ചിരിച്ചതായിരുന്നു ആദ്യലക്ഷണം... തലേദിവസം രാത്രിയിൽ പള്ളിമുറ്റത്ത് അരങ്ങേറിയ ബൈബിൾ നാടകത്തിലെ യൂദാസിന്റെ ചിരിയുടെ തുടർച്ചയായിരുന്നുവത്...

ഉന്മാദത്തിന്റെ പടികയറ്റത്തിൽ ഗാഗുൽത്തയിൽ നിന്നും കേൾക്കുന്ന ചാട്ടവാറിന്റെ പുളച്ചിൽശബ്ദങ്ങൾക്കും മീതെ ചിരി ഉയർന്നു. മുറ്റത്തേക്കു തെറിച്ചു വീണ നാണയത്തുട്ടുകൾ തമ്മിലുരസി കലമ്പി നേരിയ വിറയലോടെ മണ്ണിലേക്ക് സാഷ്ടാംഗം നമിച്ചു...

സ്റ്റേജിൽ യൂദാസായി നിറഞ്ഞാടിയ ദേവസ്സി അരങ്ങിൽ ജീവിക്കുകയായിരുന്നുവെന്നായിരുന്നു നാടകം കഴിഞ്ഞപ്പോൾ തോണിപ്പാറയച്ചൻ പറഞ്ഞത്... കൈയിലിരുന്ന വെള്ളിക്കാശുകൾ യൂദാസ് വലിച്ചെറിയുകയായിരുന്നു... അവയിലൊന്ന് മൂളക്കത്തോടെ ചെന്നു കൊണ്ടത് ചുങ്കത്തറപാപ്പന്റെ തലയ്ക്കിട്ടായിരിന്നു...

ചോരപൊടിയുന്നുണ്ടോയെന്ന് പാപ്പൻ ഇടയ്ക്കിടെ തലയിൽ പരതിനോക്കുകയും വൈകുന്നേരം മോന്തിയ നാടൻവാറ്റിന്റെ പുളിച്ചമണത്തോടൊപ്പം ഒരു പുളിച്ച തെറി പുറത്തേക്ക് ചാടിയെങ്കിലും യൂദാസിന്റെ ഉന്മാദച്ചിരിയിൽ അത് പെട്ടുപോവുകയും ചെയ്തു...

രണ്ടു കാര്യങ്ങളെ അപ്പനിൽനിന്നും കൊച്ചുമറിയത്തിന് കിട്ടിയിട്ടുള്ളൂവെന്ന് വല്യമ്മച്ചി പറയും. മഞ്ഞക്കൂമ്പാളയുടെ നിറവും പിന്നെ അപ്പന്റെ വട്ടും... അപ്പൻ മരിക്കുമ്പോൾ കൊച്ചുമറിയത്തിന് പ്രായം പതിനാറ്... പത്തില് കഷ്ടിച്ച് പാസായിട്ട് ഇനി എന്നെക്കൊണ്ടൊന്നും പഠിക്കാൻ വയ്യായെന്നും പറഞ്ഞ് വീട്ടിലിരിക്കുന്ന സമയമായിരുന്നുവത്... അപ്പൻ മരിച്ചന്ന് രാത്രിയിൽ അപ്പന്റെ ചിരി മകൾ ഏറ്റെടുത്തു... കുപ്പിവളകൾ തമ്മിലുരയുമ്പോൾ ഉതിരുന്ന കിലുക്കങ്ങൾ പോലെയത് മാറിയെന്നു മാത്രം...

അന്നവൻ കൊച്ചുമറിയയുടെ മുറിയിലേക്ക് ചെല്ലുമ്പോൾ അവർ കട്ടിലിൽ ചുരുണ്ടു കൂടി ഒരർദ്ധവൃത്തം വരച്ചിരുന്നു... സേവ്യർ ജനാലയുടെ നേരെ നടന്നു... ഏതാണ്ട് നൂറുമീറ്ററിനപ്പുറം വെളിച്ചത്തിൽ കുളിച്ചു നില്ക്കുന്ന പൊലീസ് സ്റ്റേഷൻ ഏറെ ദുരൂഹതകൾ നിറഞ്ഞുനില്ക്കുന്ന ഒരു കോൺസൺട്രേഷൻ ക്യാമ്പിനെ ഓർമ്മിപ്പിച്ചു... അവൻ ജനലഴിക

ളിൽപ്പിടിച്ച് രഹസ്യങ്ങളുടെ കൂടാരത്തിലേക്ക് കണ്ണുകൾ കൊരുത്തു.

ഒടുവിൽ സേവ്യർ കട്ടിലിലിരുന്നു... മൃദുവായി അവരുടെ തലയിൽ തഴുകി... ഞെട്ടിയെഴുന്നേറ്റ കൊച്ചു മറിയം സേവ്യറിന്റെ കൈയിൽ മുറുകെപ്പിടിച്ചു... കൊച്ചുമറിയത്തിന്റെ ചുണ്ടും വിരലുകളും ഏതോയൊരു അജ്ഞാതഭീതിയാലെന്നവണ്ണം വിറകൊണ്ടു...

"അവൻ വന്നിരിക്കുന്നു... അവൻ... " കിതപ്പിൽ പുതഞ്ഞ വാക്കുകൾ വിറച്ചു വിറച്ചു സേവ്യറിനെ തൊട്ടു... "അവന്റെ കൂടെ ആരും ഉണ്ടാവുകയില്ല... എങ്കിലും അവനിൽ ആയിരം ആളുകളുടെ കരുത്തും ശബ്ദങ്ങളും ഉണ്ടായിരിക്കും... അവന്റെ പടച്ചട്ടയുടെയും അരപ്പട്ടയുടെയും പൊഴുതുകൾക്കിടയിൽ വിഷപ്പാമ്പുകൾ അവന്റെ വിളിക്കായി കാത്തിരിപ്പുണ്ടാവും... ഒരു വേള സന്ധിസംഭാഷണത്തിനു പോലും അവൻ തയ്യാറായേക്കാം... ഒത്തു തീർപ്പുകൾക്കൊടുവിലായിരിക്കാം അവൻ അപ്രതീക്ഷിതമായി നെഞ്ചിലേക്ക് കഠാര കുത്തിയിറക്കുക... അരക്കെട്ടിൽനിന്നും ഊർന്നിറങ്ങിയ കരിനാഗം ആ മുറിവിൻ പഴുതിലൂടെ ഉള്ളിലേക്ക് കയറിപ്പോകും... എന്റെ... എന്റെ... കുഞ്ഞിന് നേരിടാൻ കഴിയില്ല അവനെ..."

കൊച്ചു മറിയം സേവ്യറിന്റെ മുഖം പിടിച്ച് തന്റെ മാറിലേക്കൊതുക്കി... സേവ്യറപ്പോൾ ഒരു നീർച്ചോലക്ക് കീഴെയായിരുന്നു... ചുട്ടു പഴുത്ത ദേഹത്തിലേക്ക് ഉയരത്തിൽനിന്നും വെള്ളം വീണു ചിതറി... അവന്റെ മുടിയിഴകളിലൂടെ ഒലിച്ചിറങ്ങിയ തുള്ളികൾ അവന്റെ കൺപീലികളെ തഴുകി. അവന്റെ വിരിഞ്ഞ നെഞ്ചിലൂടെ അരക്കെട്ടിൽ ചുറ്റിക്കറങ്ങി കാൽമുട്ടുകളിൽ കയറിയിറങ്ങി കാൽവിരലുകൾക്കിടയിലൂടെ ഭൂമിയുടെ ഉറവകളിലേക്ക് ഊളിയിട്ടു... നീർച്ചോലയുടെ വിരലുകൾ തൊട്ടയിടങ്ങളെല്ലാം ഒരായുധത്തിനും പോറലേല്പിക്കാൻ കഴിയാത്ത വിധം ദൃഢമായതായി സേവ്യറിന് തോന്നി...

ഇരുട്ടിൽ അയാളെ പിന്തുടരുമ്പോൾ സേവ്യറിന്റെ ഹൃദയം അതിദ്രുതം മിടിച്ചു... ഒരുവേള അയാൾ പൊടുന്നനെ തിരിഞ്ഞപ്പോൾ സേവ്യറൊന്നു പകച്ചു... നഗരത്തിന്റെ തുറസിൽ സേവ്യർ ഒളിക്കാനൊരിടം തേടി... വഴിയരികിൽ നിർത്തിയിട്ടിരുന്ന ഒരു ഓട്ടോറിക്ഷയുടെ മറവിലേക്ക് സേവ്യർ തന്റെ ശരീരം ഒതുക്കി...

അയാൾ തിരിഞ്ഞു തന്നെ നില്ക്കുകയാണ്. തന്നെ കണ്ടുകഴിഞ്ഞോ... സേവ്യർ അയാളെ സൂക്ഷിച്ചു നോക്കി. തൊപ്പി വച്ചിട്ടില്ല... കാക്കിക്കുപ്പായത്തിലെ ചുമലിലെ നക്ഷത്രത്തിൽ തട്ടി നിലാവ് ചിതറിത്തെറിക്കുന്നു... മൂക്കിനു താഴെ കട്ടിമീശയുടെ കറുത്ത വര... സേവ്യർ തന്റെ മീശയിൽ വിരലോടിച്ചു... എന്തെങ്കിലും സാമ്യം...?

പൊലീസ് സ്റ്റേഷന്റെ മുന്നിൽ ചായക്കച്ചവടം നടത്തുന്ന മത്തായിച്ചേട്ടനാണ് സേവ്യറിനോടു പറഞ്ഞത് മുമ്പിവിടെയുണ്ടായിരുന്ന പൊലീസുകാരനായിരുന്നെന്ന്... അങ്ങനെ പറയുമ്പോൾ മത്തായിച്ചേട്ടന്റെ ചുണ്ടിൽ തെളിഞ്ഞ ഭാവം എന്തായിരുന്നെന്ന് ഇഴപിരിച്ചു നോക്കാൻ സേവ്യറൊന്ന് ശ്രമിച്ചെങ്കിലും പരാജയപ്പെട്ടുപോയിരുന്നു.

സേവ്യർ ഓട്ടോറിക്ഷയുടെ മറവിൽനിന്നും ഒന്നുകൂടി തല പുറത്തേക്കിട്ടു... അയാൾ അപ്രത്യക്ഷനായിക്കഴിഞ്ഞിരുന്നു... സേവ്യർ അതിവേഗം റോഡ് മുറിച്ചു കടന്ന് കെട്ടിടങ്ങൾക്കിടയിലെ ഇരുട്ടിലേക്കിറങ്ങി...

എവിടെയാണ് ഇത്രവേഗം അയാൾ പോയൊളിച്ചത്... പെട്ടെന്നാണ് ഒരു കൈ സേവ്യറിന്റെ കഴുത്തിനെ ചുറ്റിവളഞ്ഞത്... "കുറേ... നേരമായല്ലോടാ നായേ... നീയെന്റെ പുറകെ നടക്കാൻ തുടങ്ങീട്ട്... നിന്റെ തള്ള പറഞ്ഞീട്ടാരിക്കും അല്ലിയോടാ..." ആ ചോദ്യത്തിന്റെ പൊരുളിൽ സേവ്യറിന്റെ ശരീരം പെരുത്തു.

പിറ്റേന്ന് രാവിലെ അമ്മച്ചിയുടെ വിളിയാണ് സേവ്യറിനെ ഉറക്കത്തിൽനിന്നും പിടിച്ചുകയറ്റിയത്... എടാ ഗീവർഗീസ് പുണ്യാളൻ ഈയമ്മച്ചീടെ പ്രാർത്ഥന കേട്ടെടാ കൊച്ചനേ... അമ്മച്ചി സന്തോഷത്താൽ വിതുമ്പി... അങ്ങേരുടെ ഇന്നലത്തെപ്പോക്ക് ഇതിലൂടെയായിരുന്നെടാ... അവർ അത്യാഹ്ലാദത്തോടെ സേവ്യറിനെ തന്നോടു ചേർത്തു... കണ്ടോ നീയ് പുണ്യാളന്റെ കുതിരക്കുളമ്പടീല് ആ കുന്ത്രാണ്ടം ചെരിഞ്ഞു കിടക്കുന്നേ... സേവ്യറും കണ്ടു രാത്രിയിലെ മഴയിൽ മാവിൻ തലപ്പു വീണ് പൊലീസ് സ്റ്റേഷനിലെ മിന്നൽ രക്ഷാ ചാലകം മേല്ക്കൂരയ്ക്കു മേലെ ചാഞ്ഞുകിടക്കുന്നത്... ഇല്ലെടാ ഇനിയെന്റെ കൊച്ചിനെയാർക്കും ഒന്നും ചെയ്യാൻ പറ്റുകേലെടാ... കൊച്ചുമറിയം ഒരു കിതപ്പോടെ സേവ്യറിന്റെ ചുമലിലേക്ക് തല ചായ്ച്ചു...

9 789388 485562

Printed by Libri Plureos GmbH in Hamburg,
Germany